வெற்றிக்குச் சில நுட்பங்கள்

என். சொக்கன்

ZDP
SPECIFICS

Title: Vetrikku Sila Nutpangal
Author's Name: N Chokkan

Published by ZDP Specifics

SPECIFICS

(An imprint of Zero Degree Publishing)
No. 55(7), R Block, 6th Avenue,
Anna Nagar,
Chennai - 600 040

Website: www.zerodegreepublishing.com
E Mail id: zerodegreepublishing@gmail.com
Phone: 89250 61999

ZDP Specifics First Edition: April 2022
ISBN: 978-93-93882-24-0
TITLE NO EP: 18

Cover Design & Layout: Vijayan, Creative Studio

பொருளடக்கம்

1. A அல்லது B

எனக்கு ஒரு தகவல் தேவைப்படுகிறது, கூகுளுக்குள் நுழைகிறேன், எனக்கு வேண்டிய விஷயத்தைத் தட்டித் தேடுகிறேன்.

அதே நேரத்தில், உங்களுக்கும் அதே தகவல் தேவைப்படுகிறது, அதே கூகுளுக்குள் நுழைகிறீர்கள், அதே விஷயத்தைத் தட்டித் தேடுகிறீர்கள்.

இப்போது, நாம் இருவரும் கூகுள் இணையததளத்தில்தான் இருக்கிறோம், ஒரே விஷயத்தைத்தான் தேடுகிறோம், அப்படியானால், நமக்குக் கிடைக்கும் விடைகளும் ஒரேமாதிரிதான் இருக்கவேண்டும், இல்லையா?

ம்ஹூம், இல்லை. கூர்ந்து கவனித்தால், நம் இருவருக்கும் கூகுள் அளிக்கும் விடைகள் சற்று மாறியிருக்கும். சொல்லப்போனால், கூகுள் இணையதளத்தின் வடிவமைப்பு, அதாவது, அங்கு பயன்படுத்தப்பட்டிருக்கும் வண்ணங்கள், வெவ்வேறு பொத்தான்கள், எழுத்துகளின் அளவு, அமைப்பு என ஒவ்வொன்றும் நம் இருவருக்கும் சிறிதளவு மாறிக் காணப்படும்.

அதாவது, நாம் இருவரும் ஒரே விஷயத்தைத் தேடினாலும், நம் இருவருக்கும் கிடைக்கிற விடைகள் ஒன்றில்லை, நம் இருவருக்கும் கிடைக்கிற தேடல் அனுபவமும் ஒன்றில்லை.

இது ஒன்றும் தொழில்நுட்ப மாயமில்லை; கொஞ்சம் யோசித்தால், உண்மை வாழ்க்கையிலும் இதுதான் நடக்கிறது என்பதை நாம் புரிந்துகொள்ளலாம்.

எடுத்துக்காட்டாக, இரண்டு பேர் ஒரே பள்ளியில் படிக்கிறார்கள், ஒரே வகுப்பில் அமர்கிறார்கள், ஒரே ஆசிரியர்கள்தான் அவர்களுக்குப் பாடம் நடத்துகிறார்கள், ஒரே வினாத்தாளைப் படித்துதான் தேர்வு எழுதுகிறார்கள், அதனால் அந்த இருவரும் ஒரே மதிப்பெண் வாங்குவார்கள் என்று சொல்லிவிட இயலுமா?

வாய்ப்பில்லை. என்னதான் ஒரே பள்ளி, ஒரே வகுப்பு, ஒரே ஆசிரியர், ஒரே வினாத்தாள் என்றாலும், அந்த இரு மாணவர்களுடைய இயல்பான அறிவு, வகுப்பைக் கவனிக்கிற, புரிந்துகொள்கிற திறன், ஒவ்வொரு நாளும் அவர்கள் படிக்க வழங்கும் நேரம், அவர்களுடைய கையெழுத்தின் தெளிவு, தேர்வின்போது ஏற்படக்கூடிய பதற்றம் என்று பல விஷயங்களைச் சார்ந்து மதிப்பெண்கள் மாறும்தான்.

பள்ளி, கல்லூரி, வேலை, குடும்பம் என எல்லா இடங்களிலும் நாம் இதைப் பார்க்கலாம்: கிட்டத்தட்ட ஒரே சூழ்நிலையைச் சந்திக்கிற இருவர் அதிலிருந்து ஒரேமாதிரியாக வெளிவருவதில்லை, அந்தச் சூழ்நிலையின் விளைவு, பல காரணிகளின் அடிப்படையில் மாறுபடுகிறது.

இதனால், நாம் பிரச்சனைகளைச் சந்திக்கும்போது அவற்றுக்கு ஒரே ஒரு சரியான தீர்வுதான் இருக்கும் என்ற கண்ணோட்டத்துடன் அதை அணுகவேண்டியதில்லை. ஒருவேளை அப்படி ஒரே ஒரு சரியான தீர்வு இருந்தாலும், நம்முடைய சூழ்நிலைக்கு அது கிடைக்கும், பொருந்தும் என்று எண்ணிக்கொண்டு முரட்டுத்தனமாக அதை நாடிச் செல்லவேண்டியதில்லை. சற்று நெகிழ்வுடன் பிரச்சனையை

எதிர்கொண்டால் பதற்றமில்லாமல் தீர்வை (அல்லது தீர்வுகளை) எட்டலாம்.

எடுத்துக்காட்டாக, நீங்கள் ஒரு நல்ல கதை எழுதியிருக்கிறீர்கள். அதற்குப் பொருத்தமான தலைப்பு வைக்கவேண்டும் என்ற ஆசையுடன் பலவிதமான தலைப்புகளை எழுதிப் பார்க்கிறீர்கள். அப்போது, அவற்றில் எல்லாவற்றையும் நிராகரித்துவிட்டு ஒரே ஒரு தலைப்பைத்தான் தேர்ந்தெடுக்கவேண்டும் என்று பிடிவாதம் பிடிக்கவேண்டியதில்லை. நிறைவாக நீங்கள் தேர்ந்தெடுக்கப்போவது ஒரு தலைப்புதான் என்றாலும், அந்தத் தலைப்பை நோக்கிச் செல்லும் பயணம், தேர்ந்தெடுக்கிற செயல்முறை நெகிழ்வுத்தன்மையோடு *(Flexible)* இருக்கவேண்டும், அப்போதுதான் நீங்கள் அதை மகிழ்ச்சியாக அனுபவிப்பீர்கள், இல்லாவிட்டால், அழுத்தத்தில் மூழ்கித் தவிப்பீர்கள்.

சரி, இருபது தலைப்புகளை எழுதிப்பார்த்து ஆராய்ந்தேன், அதில் இரண்டு தலைப்புகள் மிக நன்றாக உள்ளன. இவற்றில் சிறந்த ஒன்றை எப்படித் தேர்ந்தெடுப்பது?

தொழில்துறையில் உள்ளவர்கள் இதுபோன்ற பிரச்சனைகளை நாள்தோறும் சந்திக்கிறார்கள். இவற்றைத் தீர்ப்பதற்கு அவர்கள் பயன்படுத்தும் *A/B* பரிசோதனையை நாமும் பயன்படுத்திப் பார்க்கலாம்.

அதென்ன *A/B* பரிசோதனை?

நீங்கள் உங்கள் கதைக்குத் தேர்ந்தெடுத்த இரண்டு தலைப்புகளையும் *A, B* என்று அழைப்போம். அந்தக் கதையின் தொடக்கத்தில் அதில் ஒரு தலைப்பை(அதாவது, *A*ஐ)ப் பென்சிலில் எழுதுங்கள், பின்னர் அதை ஒருவருக்குப் படிக்கக் கொடுங்கள். அவருடைய கருத்துகளைக் கேளுங்கள். குறிப்பாக, 'தலைப்பு எப்படி இருக்கிறது?' என்று கேளுங்கள், அவர் என்ன நினைக்கிறார் என்பதைக் குறித்துக்கொள்ளுங்கள்.

இப்போது, அந்தக் கதையின் தலைப்பை அழிப்பான் கொண்டு அழித்துவிடுங்கள். இன்னொரு தலைப்பை(அதாவது *B*ஐ)

பென்சிலில் எழுதுங்கள், இன்னொருவருக்குப் படிக்கக் கொடுங்கள், கதை, தலைப்பைப்பற்றிய அவருடைய கருத்துகளைக் கேட்டுக்கொள்ளுங்கள்.

இப்படி ஒரே கதையைப் பலரிடம் வெவ்வேறு தலைப்புகளில் படிக்கக்கொடுப்பது, கருத்துகளைக் கேட்டுக்கொள்வது, இவற்றைத் தொகுத்துப்பார்த்து எந்தத் தலைப்பு மிக நல்லது என்று தீர்மானிப்பது, இதுதான் *A/B* பரிசோதனை.

இங்கு கதை என்பது ஓர் எடுத்துக்காட்டுதான். இன்றைக்கு என்ன சமைக்கலாம், என்ன திரைப்படம் பார்க்கலாம், எந்தக் கல்லூரியில் சேரலாம், எந்த வேலைவாய்ப்பை ஏற்றுக்கொள்ளலாம், தேர்வுக்குத் தயார்செய்யும்போது நாள்தோறும் எவ்வளவு நேரம் படிக்கலாம், எந்த நேரத்தில் படிக்கலாம் என்று பல தீர்மானங்களை எடுப்பதற்கு *A/B* பரிசோதனை உதவும். இதன் அடிப்படையைப் புரிந்துகொண்டால் போதும்:

★ ஒவ்வொரு பிரச்சனைக்கும் பல தீர்வுகள் இருக்கலாம், நல்ல தீர்வு சூழ்நிலையைப் பொறுத்து மாறுபடும்.

★ அழுத்தமில்லாமல் பல தீர்வுகளைச் சிந்திப்போம், அவற்றை எடைபோட்டு மிகச் சிறந்தவற்றைத் தேர்ந்தெடுப்போம்.

★ அந்த மிகச் சிறந்த தீர்வுகளைப் பலரிடம் சிறிய அளவில் பரிசோதிப்போம், அவர்களுடைய கருத்துகளைக் கவனித்து எடைபோடுவோம், அதன் அடிப்படையில் ஒன்றைத் தேர்ந்தெடுத்துச் செயல்படுத்துவோம்.

★ ஒருவேளை, அது சரியாக அமையாவிட்டாலும் பரவாயில்லை, அடுத்தமுறை இன்னொரு *A/B* பரிசோதனை செய்யும்போது இந்தக் கற்றுக்கொள்ளலைப் பயன்படுத்தலாம், இன்னும் சிறந்த தீர்மானங்களை எடுக்கலாம்.

தொடக்கத்தில் நாம் இருவரும் கூகுள் செய்தபோது வெவ்வேறுவிதமான பதில்கள், வெவ்வேறு வடிவமைப்புகள்

வந்தன. அவை அனைத்தும், கூகுள் நிறுவனம் நடத்தும் பல *A/B* பரிசோதனைகளின் தொகுப்புதான். இப்படிப் பல இணையதளங்கள், கடைகள், நிறுவனங்கள் நம்மைச் சுற்றி *A/B* பரிசோதனைகளை நடத்திக்கொண்டுதான் இருக்கின்றன, அறிவியல்பூர்வமாக நிரூபிக்கப்பட்ட மிகச் சிறந்த இந்த வழியை நாமும் நம்முடைய தனிப்பட்ட பிரச்சனைகளைத் தீர்ப்பதற்குப் பயன்படுத்தலாம், பலன் பெறலாம்.

2. ஜியோங்

சீனாவைச் சேர்ந்த மாணவர் ஒருவர் கொரியாவுக்கு வந்தார். அங்கு ஒரு விடுதியில் அறையெடுத்துத் தங்கினார்.

அந்த விடுதியை நடத்தியவர் ஒரு மூதாட்டி. அவர் இந்த இளைஞரிடம் பலவிதமான கேள்விகளைக் கேட்டார். 'நீ எந்த ஊர்?', 'உங்கள் குடும்பத்தில் எத்தனை பேர்?', 'உன்னுடைய பிறந்தநாள் எப்போது?' என்று விசாரணை நீண்டது.

இதையெல்லாம் கேட்ட அந்தச் சீன மாணவருக்குச் சற்று எரிச்சல், 'நான் உங்க விடுதியில தங்கப்போறேன், அவ்வளவுதானே, அதுக்கு எதுக்கு இத்தனை கேள்விகள்?' என்று மனத்துக்குள் நினைத்துக்கொண்டார். ஆனாலும், அதை வெளிக்காட்டிக்கொள்ளாமல் அந்த மூதாட்டியின் கேள்விகளுக்குப் பதிலளித்தார்.

ஒருவழியாக, கேள்விகள் நின்றன. 'நீ இங்கே தங்கிக்கொள்ளலாம்' என்று அந்த மூதாட்டி அறிவித்தார். நிம்மதியாகத் தன்னுடைய அறைக்குச் சென்றார் சீன மாணவர்.

பின்னர் ஒருநாள், அந்த மாணவர் தன்னுடைய அறையிலிருந்து வெளியில் வந்தபோது, அவருக்காக ஒரு கேக் காத்திருந்தது. 'என்ன இது?' என்று வியப்புடன் கேட்டார் அவர்.

'உனக்குதான்' என்று சிரித்தார் அந்த மூதாட்டி, 'இன்னிக்கு உன்னோட பிறந்த நாளை முன்னிட்டு ஒரு சின்னக் கொண்டாட்டம். வா, வந்து கேக்கை வெட்டு.'

அவ்வளவுதான். சீன மாணவர் வியந்து நின்றுவிட்டார். பல நாட்களுக்குமுன்னால் தான் இந்த விடுதியில் சேர்ந்தபோது எதேச்சையாகச் சொன்ன பிறந்தம் நாளை இந்த மூதாட்டி நன்கு நினைவில் வைத்திருக்கிறார், அந்த நாளைக் கொண்டாடுகிறார் என்பது அவருக்கு மிகவும் திகைப்பளித்தது. 'நான் விடுதி உரிமையாளர், நீ இங்கு பணம் கொடுத்துத் தங்குபவன்' என்பதோடு நிறுத்திவிடாமல், தன்மீது தனிப்பட்ட அன்பும் அக்கறையும் காட்டுகிற ஓர் ஆழமான உறவை இந்த மூதாட்டி விரும்புகிறார் என்று புரிந்துகொண்டு நெகிழ்ந்தார்.

ஆனால், அந்தச் சீனருக்குத் தெரியாத விஷயம், இது அந்த மூதாட்டியின் தனிப்பட்ட குணம் இல்லை, கொரியச் சமூகத்தின் தன்மை. இதை அவர்கள் '*Jeong*' (ஜியோங்) என்று அழைக்கிறார்கள்.

'ஜியோங்' என்றால், நெருங்கிய உறவில் இருக்கும் இருவருக்கு நடுவில் உள்ள கதகதப்பான இணைப்பு உணர்வு. எடுத்துக்காட்டாக, கணவன், மனைவி, தந்தை, மகன், மகள், சகோதரர்கள், சகோதரிகள், தாத்தா, பாட்டி, பேரன், பேத்தி ஆகியோருக்கிடையிலிருக்கும் நெருக்கத்தைக் கூறலாம்.

இதுபோன்ற உறவு சார்ந்த நெருக்கங்கள் உலகில் எல்லா இடங்களிலும் உண்டு. ஆனால், கொரியர்கள் அதை ஒரு படி தாண்டிக் கொண்டுசெல்கிறார்கள், எல்லாரிடமும் அதேபோன்ற ஒரு பிணைப்பை உருவாக்கிக்கொள்ள விழைகிறார்கள், அதுதான் ஜியோங்.

இந்தச் சொல் நமக்குப் புதிதாக இருக்கலாம். ஆனால், இவ்வுணர்வை நாம் பல இடங்களில் பார்த்திருப்போம், வியந்திருப்போம், நெகிழ்ந்திருப்போம்.

எடுத்துக்காட்டாக, நான் என்னுடைய முதல் வேலைக்கான

நேர்முகத்தேர்வுக்குச் சென்றபோது, என்னுடன் இன்னும் நான்கு பேர் போட்டிக்கு வந்தார்கள். அந்த நிறுவனத்தின் பிரதிநிதிகள் எங்கள் ஐவரையும் அழைத்துப் பேசினார்கள். பின்னர், அந்த வேலையை எனக்கு அளிப்பதாக அறிவித்தார்கள்.

அந்த நேரத்தில், என்னருகில் நின்றிருந்த ஒருவர் சட்டென்று என் கைகளைப் பற்றிக் குலுக்கினார். அவருடைய முகத்தில் உண்மையான மகிழ்ச்சி தெரிந்தது.

இத்தனைக்கும், அதற்குமுன் நாங்கள் ஒருவரையொருவர் பார்த்ததோ, பேசியதோ, பழகியதோ இல்லை. என்றாலும், என் மகிழ்ச்சி அவருக்கு மகிழ்ச்சியை அளித்தது, அதனால், அந்தக் கணத்தில் நாங்கள் இருவரும் மிக நெருங்கியவர்களாக உணர்ந்தோம்.

யோசித்துப்பாருங்கள், உலகம்முழுக்க எல்லாரும் இப்படி எல்லாரையும் நெருங்கியவர்களாக உணர்ந்தால், எல்லாரோடும் உண்மையான அன்போடும் அக்கறையோடும் பழகினால், இது எத்தனை இனிமையான இடமாக இருக்கும்! அதுதான் ஜியோங்கின் மாயம்!

உண்மையில், ஜியோங்கைப் பின்பற்றுவது மிக எளிது, அதற்குத் தேவையான கருவி, அதாவது, அன்பு செலுத்தும் குணம் ஏற்கெனவே நமக்குள் இருக்கிறது. நாம் செய்யவேண்டியதெல்லாம், அதன் வீச்சை விரிவாக்கவேண்டும். அதாவது, என் வீடு, என் உறவினர்கள், என் நண்பர்கள்தான் எனக்கு நெருக்கமானவர்கள் என்கிற குறுகிய சிந்தனையை மாற்றி, உலகமே என் வீடு, மனிதர்கள் எல்லாரும், சொல்லப்போனால், உயிரினங்கள் அனைத்தும் என் மக்கள் என்னும் நிலையை நோக்கி நகரவேண்டும்.

கிரிக்கெட் விளையாடுகிற ஒருவர் பந்தை மெல்ல அடித்தால் ஒரு ரன் ஓடலாம், வலுவாக அடித்தால் இரண்டு அல்லது மூன்று ரன் ஓடலாம், இன்னும் பலமாக அடித்தால் ஆறு ரன்கள்கூடக் கிடைக்கும். இப்படி அவரிடம் உள்ள ஒரே

மட்டையைப் பயன்படுத்தி அவர் மேலும் மேலும் ரன்களைக் குவிப்பதுபோல, அன்பு என்னும் கருவியைப் பயன்படுத்தி நாம் மேலும் மேலும் மனிதர்களை, பல்லுயிர்களை நமக்கு நெருக்கமானவர்களாக்கிக்கொள்ளலாம்.

இதை நாம் ஒரே நாளில் முழுக்கச் செயல்படுத்தவேண்டும் என்கிற கட்டாயமும் இல்லை. சிறிய அளவில் தொடங்கலாம், படிப்படியாக முன்னேறலாம்.

எடுத்துக்காட்டாக, சாலையில் எதிர்ப்படுகிறவர்களைப் பார்த்துப் புன்னகை செய்வதில் தொடங்கலாம், நாள்தோறும் சந்திக்கிறவர்களுக்குக் காலை வணக்கமோ, 'நல்லாயிருக்கீங்களா? வீட்டில எல்லாரும் நலமா?' என்பதுபோன்ற விசாரணைகளையோ வழங்கலாம், பிறருடைய முகம் சோர்ந்திருக்கும்போது, 'என்னாச்சு? ஏதும் உதவி தேவையா?' என்று விசாரிக்கலாம், 'எதுவானாலும் என்கிட்ட கேளுங்க, என்னால முடிஞ்சதைச் செய்யறேன்' என்று உறுதிசொல்லலாம், 'உங்களுக்கு நான் இருக்கேன்' என்று சொல்லாமல் உணர்த்தலாம்.

நெருக்கம் என்பது இருவழிச்சாலை. நாம் ஒருபக்கத்திலிருந்து இதுபோன்ற நெருக்கவுணர்வை வெளிப்படுத்தும்போது, மறுபக்கத்தில் உள்ளவர்களும் நம்மைக் கூடுதல் நெருக்கமாக உணர்வார்கள். தனிப்பட்ட, அலுவலக உறவுகள் என அனைத்தையும் வலுவாக்கிக்கொள்ளவும் நல்ல நட்புகள், பழக்கங்களைப் பேணவும் இது துணைபுரியும்.

ஆனால் ஒன்று, இதையெல்லாம் போலியாகச் செய்யக்கூடாது. பதிலுக்கு எதையேனும் எதிர்பார்த்துச் செய்யக்கூடாது. அன்பு உண்மையாக இருக்கவேண்டும், உள்ளத்திலிருந்து வரவேண்டும், அப்போது, அது அகிலத்தை இதமாக்கும், மகிழ்ச்சியைப் பெருக்கும்.

૩. SPUNC குறிப்பேடு

'ஒவ்வொரு நாளும் கஷ்டப்பட்டு வேலை பார்க்கறேன்; ஆனா, வேலைங்க குறையறமாதிரி தெரியலை, எப்பப்பார் டென்ஷன்' என்று புலம்புகிறவர்களைப் பார்த்திருப்பீர்கள். அல்லது நீங்களே அப்படிப் புலம்பியிருப்பீர்கள். இந்தப் பிரச்சனைக்கு என்ன தீர்வு?

'நேர மேலாண்மை' என்று ஒரு வரியில் சொல்லிவிட்டுப்போகலாம். ஆனால், குண்டாக இருப்பவரிடம் 'உடம்பைக் குறை' என்று சொன்னால் போதாது. உடம்பைக் குறைப்பதற்கு என்ன செய்யவேண்டும் என்று விளக்கி வழிகாட்டினால்தான் அந்த அறிவுரை அவருக்குப் பயன்படும். அதுபோல, நேரத்தை எப்படி மேலாட்சி செய்வது என்பதற்கான உத்திகளை நாம் புரிந்துகொள்ளவேண்டும்.

இங்கு 'உத்திகள்' என்ற சொல்தான் முக்கியமானது. ஒருமை இல்லை, பன்மை. நேரத்தைச் சரியாகப் பயன்படுத்திக்கொள்வதற்கு ஒரே ஒரு விஷயத்தைச் செய்தால் போதும் என்று நினைத்துவிடக்கூடாது. அது பல விஷயங்களில் கலவை. ஒவ்வொன்றும் ஒவ்வொருவிதத்தில் நமக்குப் பயன்

தரும், அவற்றைச் சேர்த்துப் பயன்படுத்தினால் இன்னும் கூடுதல் பயன் கிடைக்கும்.

எடுத்துக்காட்டாக, பேர்ரி டாவ்ரெட் என்ற எழுத்தாளர் *SPUNC* குறிப்பேடு என்கிற ஓர் உத்தியை முன்வைக்கிறார். இந்த உத்தி, நம்முடைய ஒவ்வொரு நாளையும் கவனித்துப் புரிந்துகொண்டு, தேவையற்றவற்றை அகற்றுவது எப்படி என்று கற்றுத்தருகிறது.

அதென்ன *SPUNC*?

முதலில், இந்த உத்தியை எப்படிப் பயன்படுத்துவது என்று பார்த்துவிடுவோம், அதன்பிறகு, *SPUNC* என்றால் என்ன என்று தானாகப் புரிந்துவிடும்.

ஒவ்வொரு நாளும் பரபரப்பாக ஓடுகிறது என்று சொல்கிறோம். ஆனால், செய்யவேண்டிய வேலைகளைச் சரியான நேரத்தில் செய்துமுடிக்கவும் இயலுவதில்லை என்று திகைக்கிறோம். இந்த இரண்டும் உண்மைதான். அப்படியானால், செய்யக்கூடாத வேலைகள் எதையோ நாம் செய்துகொண்டிருக்கிறோம், அதனால்தான் செய்யவேண்டிய வேலைகள் சரியாகச் செய்யப்படுவதில்லை என்று பொருளாகிறது.

இதைச் சொன்னால் பலருக்குச் சினம் வரும். 'யாரைப் பார்த்து என்ன வார்த்தை சொன்னீங்க?' என்று எரிச்சலாவார்கள். 'நான் ரொம்ப ஒழுங்கா வேலை செய்வேன், அநாவசியமா எதிலயும் நேரத்தை வீணடிக்கமாட்டேன்' என்பார்கள்.

ஆனால், அவர்களுக்குத் தெரியாத விஷயம், அவர்களையும் அறியாமல் பயனற்ற வேலைகளில் அவர்களுடைய நேரம் வீணாகிக்கொண்டிருக்கிறது. இந்த விஷயத்தை அவர்களே புரிந்துகொள்ளும்படி செய்வதுதான் *SPUNC* உத்தி.

முதலில், ஒரு குறிப்பேட்டை எடுத்துக்கொள்ளவேண்டும். அதை மூன்றாகப் பிரிக்கவேண்டும்: வேலையின் பெயர், தொடங்கிய நேரம், முடித்த நேரம்.

மறுநாள் காலை நீங்கள் தூங்கி எழுந்ததிலிருந்து மீண்டும் தூங்கச் செல்லும்வரை எந்நேரமும் இந்தக் குறிப்பேடு உங்கள் கையில் இருக்கவேண்டும். கழிப்பறைக்குச் செல்கிற நேரத்தைமட்டும் விட்டுவிட்டு மற்ற அனைத்து நேரங்களிலும் நீங்கள் செய்கிற அனைத்து வேலைகளையும் இதில் கவனமாக எழுதிவைக்கவேண்டும்.

எடுத்துக்காட்டாக, காலை 6மணியிலிருந்து 6:20வரை செய்தித்தாள் படித்தேன், 6:20லிருந்து 6:55வரை உடற்பயிற்சி செய்தேன், 6:55லிருந்து 7:05வரை குளித்தேன், 7:05இலிருந்து 7:15வரை சாமி கும்பிட்டேன்... இப்படியே அனைத்து வேலைகளையும் ஒரு நிமிடம் விடாமல் எழுதவேண்டும்.

கேட்பதற்கு எளிமையாக இருந்தாலும், இது உண்மையில் மிகக் கடினமான ஒரு பணி. ஏனெனில், ஒவ்வொருமுறை ஒரு வேலையிலிருந்து இன்னொரு வேலைக்குத் தாவும்போதும் அதை இந்தக் குறிப்பேட்டில் எழுதவேண்டும், அதுவும் நிமிடத் துல்லியத்துடன் பதிவுசெய்யவேண்டும்.

இதனால், அன்று இரவு பார்க்கும்போது உங்கள் குறிப்பேட்டில் ஏகப்பட்ட விஷயங்கள் சேர்ந்திருக்கும். தனிப்பட்ட விஷயங்கள், குடும்ப வேலைகள், தொழில் சார்ந்த வேலைகள் என அனைத்தும் நிறைந்து காணப்படும்.

மறுநாள் காலை, இந்த வேலைகள் அனைத்தையும் எடுத்துக்கொண்டு ஆராயவேண்டும். அவற்றை S,P,U,N,C என்ற ஐந்து வகைகளாகப் பிரிக்கவேண்டும்:

1. Sacred... கண்டிப்பாகச் செய்யவேண்டிய, சமரசம் செய்யக்கூடாத வேலைகள் (எடுத்துக்காட்டு: உடற்பயிற்சி, குடும்பத்தினருடன் நேரம் செலவிடுவது, வேளாவேளைக்கு உணவு)

2. Preferable... செய்யவேண்டிய, ஆனால், உங்களுடைய அன்றைய இலக்கில் நேரடிப் பாதிப்பை ஏற்படுத்தாத வேலைகள் (எடுத்துக்காட்டு: நண்பர்களுடைய தொலைபேசி அழைப்புகளுக்குப் பதிலளித்துப் பேசுவது)

3. Unnecessary... விளக்கம் தேவையா? நம் இலக்கைக் கெடுக்கும் தேவையற்ற வேலைகள் (எடுத்துக்காட்டு: ஃபேஸ்புக்கில் அரசியல் விவாதங்கள்)

4. Necessary... செய்யவேண்டிய, உங்களுடைய மற்ற முக்கியமான பணிகளுக்கு உதவுகின்ற வேலைகள் (எடுத்துக்காட்டு: தொழில் தொடர்பான ஒரு புத்தகத்தைப் படிப்பது, வீட்டைத் தூய்மைப்படுத்துவது, சமைப்பது)

5. Critical... உங்கள் இலக்கை நேரடியாகப் பாதிக்கிற, மிக முக்கியமான வேலைகள் (எடுத்துக்காட்டு: அலுவலக அறிக்கைகளைத் தயாரித்தல், சக ஊழியர்களுடன் பேசித் திட்டங்களின் முன்னேற்றங்களைத் தெரிந்துகொள்ளல்)

இப்படி உங்கள் வேலைகளை ஐந்தாகப் பிரித்தபின், இவை ஒவ்வொன்றிலும் நீங்கள் எவ்வளவு நேரம் செலவிடுகிறீர்கள் என்பதைக் கணக்கிடவேண்டும். இதை நீங்கள் கணினியிலும் செய்யலாம், அதே குறிப்பேட்டிலும் செய்யலாம்.

நிறைவாக, *U* பகுதியில் உள்ள வேலைகளைமட்டும் கூர்ந்து கவனிக்கவேண்டும். ஏனெனில், அவைதான் உங்களுடைய *C, N, P* ஆகிய வேலைகளைக் கெடுத்துக்கொண்டிருக்கின்றன. அந்த வேலைகளை நிறுத்திவிட்டு, அந்த நேரத்தை மற்ற மூன்றுக்கும் பகிர்ந்து கொடுத்தால் உங்களால் இன்னும் கூடுதலாகச் சாதிக்க இயலும்.

உண்மையில், இதற்காக நீங்கள் சிறப்பாக எதையும் செய்யவேண்டியிருக்காது. இப்படி ஒரு குறிப்பேட்டை வைத்துக்கொண்டு ஒவ்வொரு வேலையாக ஆராயும்போதே உங்கள் மனம் தேவையில்லாத வேலைகளைக் கவனிக்கத் தொடங்கியிருக்கும். அடுத்தமுறை அந்த வேலையைச் செய்யத் தொடங்கும்போது, 'ஆணியே பிடுங்கவேணாம்' என்று வேறொரு (தேவையுள்ள) வேலையை நோக்கிச் சென்றுவிடும். இதனால், குறிப்பேட்டில் எழுதுகிற செயலே நம்மைச் செம்மையாக்கிவிடும்.

ஆனால் ஒன்று, இது தாற்காலிகமான நிலைதான். சில வாரங்களுக்குப்பின் நாம் பழையபடி நம்மையும் அறியாமல் தேவையில்லாத வேலைகளில் நேரத்தைச் செலவிடத் தொடங்கியிருப்போம். அப்போது, மீண்டும் ஒருமுறை குறிப்பேட்டைக் கையிலெடுக்கவேண்டும், மறுபடி ஆராயவேண்டும், மறுபடி "*U*"க்களைக் கண்டறிந்து சரிசெய்யவேண்டும். இதன்மூலம், தொடர்ந்து நம் நேரத்தை நம் கட்டுப்பாட்டில் வைத்திருக்கவேண்டும்.

இந்த உத்தியின்மூலம் நாம் தெரிந்துகொள்கிற இன்னொரு முக்கியமான பாடம், எதையும் வெளியிலிருந்து பார்த்தால் ஒன்றும் புரியாது, பிரச்சனைக்குத் தீர்வு தெரியாது, உள்ளே இறங்கி ஆராயவேண்டும், நுணுக்கமாகக் கவனிக்கவேண்டும். அப்போது, தீர்வு நம் கண்முன்னால் வந்து நிற்கும்.

4. Lykke

யாராவது ஒருவர் மகிழ்ச்சியாகச் சிரிப்பதைப் பார்த்தால், அந்த மகிழ்ச்சி நமக்கும் தொற்றிக்கொள்கிறது. அது ஏன்?

அடிப்படையில் நாம் எல்லாரும் மகிழ்ச்சியை விரும்புகிறவர்கள். நம்மைச் சுற்றி மகிழ்ச்சி இருக்கிறது என்பதை அறியும்போது, அதில் ஒரு பங்கு நமக்கும் கிடைக்கும் என்கிற நம்பிக்கை நமக்கு உண்டாகிறது. மேலும் மேலும் மகிழ்ச்சியைக் காணக் காண, இந்த நம்பிக்கை இன்னும் உறுதியாகிறது.

இதனால், செய்தித்தாள்கள், வார, மாத இதழ்கள், தொலைக்காட்சிச் சானல்கள், இணையதளங்கள், சமூக ஊடகங்கள் என அனைத்திலும் மகிழ்ச்சியான செய்திகளைக் காணும்போது, அது நமக்கே நடந்ததுபோல் நாம் மகிழ்கிறோம். இந்தியாவின் ஏதோ ஒரு மூலையில் ஒரு சிறிய கிராமத்தில் பிறந்த இளைஞர் ஒருவர் உலக அரங்கில் சிறப்பாக விளையாடுகிறார், அல்லது ஓர் அறிவியல் கண்டுபிடிப்பை நிகழ்த்துகிறார், தொழில்துறையில் பெரும் வெற்றி பெறுகிறார் என்றால், அதை நாமே செய்ததுபோல் உணர்கிறோம்.

ஆனால், இதற்கு எதிர்மறையான ஒரு மறுபக்கமும் இருக்கிறது. மகிழ்ச்சியற்ற, துன்பமான நிகழ்ச்சிகளை அடிக்கடி காணும்போது நம் மனம் சோர்ந்துபோகிறது. 'இதுதான் உலகமோ' என்று துவள்கிறோம்.

அதனால்தான், எதிர்மறை மனிதர்களோடு பழகாதீர்கள் என்கிற அறிவுரை உரக்கச் சொல்லப்படுகிறது. அவர்கள் இந்த எதிர்மறைச் செய்திகளை, எண்ணங்களை இன்னும் பலமடங்கு பெரிதாக்கி வெளிப்படுத்துவார்கள், இதனால் நாம் இன்னும் சோர்ந்துவிடுவோம்.

உண்மையில், உலகில் மகிழ்ச்சியும் துன்பமும் கலந்துதான் இருக்கின்றன. இவற்றில் எதை நாம் மிகுதியாகக் காண்கிறோம் என்பதுதான் நம்முடைய மனநிலையைத் தீர்மானிக்கிறது. அப்படியானால், மகிழ்ச்சியைத் தேடிச்சென்று காண்பதுதானே அறிவார்ந்த செயலாக இருக்கும்?

எடுத்துக்காட்டாக, நாம் ஒரு போட்டியில் வெல்வோமா என்கிற பதற்றத்தில் இருக்கிற நேரத்தில், இதற்குமுன் வெற்றிபெற்ற தருணங்களை எண்ணிப்பார்க்கலாம். அந்தப் புகைப்படங்கள், வீடியோக்களை ஓடவிடலாம். அந்த மகிழ்ச்சியைப் பயன்படுத்தி, இப்போதைய பதற்றத்தைச் சரிசெய்துகொள்ளலாம்.

இன்னொரு வழி, வெற்றிபெற்ற, மகிழ்ச்சியாக இருக்கிற வேறு சிலரைப் பார்க்கலாம். பசியோடு இருக்கிறவர் உணவைத் தேடிச் செல்வதுபோல், மகிழ்ச்சியைத் தேடிச் செல்லலாம்.

உலகில் மிக மகிழ்ச்சியானவர்கள் வாழும் நாடுகளில் ஒன்றாகக் கருதப்படும் டென்மார்க்கில் உள்ளவர்கள் இதை *Lykke* என்கிறார்கள். டேனிய மொழியில் இதற்கு 'மகிழ்ச்சி' என்று பொருள்.

ஆனால், மகிழ்ச்சி என்பதன் வரையறையும் அளவுகோலும் ஒவ்வொருவருக்கும் வெவ்வேறுவிதமாக மாறுமில்லையா? டென்மார்க் மக்கள்தான் மிக மகிழ்ச்சியானவர்கள் என்று எதை வைத்துச் சொல்கிறார்கள்?

இதை ஆராய்வதற்காக உலகின் முதல் 'மகிழ்ச்சி ஆராய்ச்சிக் கல்விநிறுவன'த்தைத் தொடங்கியிருக்கிறார் மெய்க் வைகிங் என்ற டென்மார்க் அறிஞர். *Lykke*பற்றி ஒரு விரிவான நூலை எழுதியிருக்கும் இவர், டென்மார்க் மக்களுடைய மகிழ்ச்சிக்குக் காரணமாக அமையும் ஆறு விஷயங்களை ஆராய்ந்து கண்டறிந்திருக்கிறார்:

1. நம் மனத்துக்குப் பிடித்தவர்களுடன் ஒன்றாகச் சேர்ந்து நேரம் செலவிடுதல்
2. பணம்
3. உடல், மன நலம்
4. விரும்பியதைச் செய்யும் சுதந்திரம்
5. சக மனிதர்கள்மீது, சூழல்மீது நம்பிக்கை
6. அனைவர்மீதும் கருணை

இந்தப் பட்டியலைப் பார்க்கும்போது, மகிழ்ச்சியின்மைக்கான ஆறு காரணங்களும் நமக்குப் புரிகின்றன. பலரும் நினைப்பதுபோல் ஏழைகள்மட்டும் மகிழ்ச்சியின்றி இருப்பதில்லை, குடும்ப, சமூக உறவுகள் இல்லாதவர்கள், உடல், மன நலக் குறைபாடுள்ளவர்கள், பலவிதமான கட்டுப்பாடுகளுக்குட்பட்டு வாழ்கிறவர்கள், பிறரை ஐயத்துடன் பார்க்கவேண்டிய சூழலில் உள்ளவர்கள், நான், என்னுடையது என்று மனத்தைச் சுருக்கிக்கொண்டவர்களுக்கு மகிழ்ச்சி கிடைப்பது கடினம்தான்.

டென்மார்க் மக்களுக்குப் பொருந்துகிற அதே விஷயங்கள் உலகில் எல்லாருக்கும் பொருந்தவேண்டியதில்லை. நம்முடைய மகிழ்ச்சி வரையறைகள் மாறலாம், ஆனால், எது நமக்கு மகிழ்ச்சியளிக்கிறது என்பதைத் தெரிந்துகொள்ளவேண்டியது முக்கியம். அதன்மூலம், அதை மிகுதியாகப் பெறுவதற்கு என்ன வழி என்று தேடலாம், நம்முடைய மகிழ்ச்சியைப் பெருக்கலாம்.

எடுத்துக்காட்டாக, ஒருவருக்குப் பொருளாதாரச் சுதந்திரம் மகிழ்ச்சியளிக்கலாம். அதாவது, தனக்குப் பிடித்த எதையும் வாங்குவதற்கு, செய்வதற்கு இன்னொருவருடைய பண உதவியை எதிர்பார்த்திருக்கக்கூடாது என்பதை அவர் தன்னுடைய மகிழ்ச்சி அளவுகோலாக எண்ணலாம்.

இன்னொருவர் குடும்பம், நண்பர்களுடன் நேரம் செலவிடுவது, அவர்களுடன் இணைந்து பயணம் செய்வது, பலவிதமான பணிகளில் ஈடுபடுவது, அவர்களுக்கு வேண்டிய உதவிகளைச் செய்வது போன்றவற்றை மகிழ்ச்சியாகக் கருதலாம். முதல் நபர் இந்த அளவுகோலை ஏற்கமாட்டார். ஆனால், இரண்டாம் நபருக்கு இதுதான் மகிழ்ச்சி.

இப்போது, இந்த நபர்கள் இருவருக்கும் ஒரு பிரமாதமான வேலைவாய்ப்பு வருகிறது. அதில் நல்ல சம்பளம், வசதிகளெல்லாம் உண்டு. ஆனால், மாதத்தில் பல நாள் வெளியூர் செல்லவேண்டியிருக்கும். அப்படியானால், இந்த இருவரும் அந்த வேலை வாய்ப்பை எப்படி அணுகுவார்கள் என்று யோசியுங்கள்.

முதல் நபர், பொருளாதாரச் சுதந்திரத்தை அளவுகோலாகப் பயன்படுத்துவதால் இந்த வாய்ப்பை விரும்பி ஏற்கக்கூடும். இரண்டாவது நபரோ, 'எனக்கு உள்ளூர் வேலையே போதும்' என்று மறுக்கக்கூடும். இந்த இரண்டு தீர்மானங்களையும் நாம் தவறு என்று சொல்ல இயலாது, இருவருமே அதில் மகிழ்ச்சி காணும் வாய்ப்புகள் மிகுதி, ஏனெனில், இருவரும் பயன்படுத்தும் அளவுகோல்கள் மாறுபட்டுள்ளன.

இந்த எடுத்துக்காட்டில் வருகிற நபர்கள் பணம் அல்லது குடும்பம் என்று ஒற்றைப்படையான மகிழ்ச்சி அளவுகோல்களைக் கொண்டுள்ளார்கள். ஆனால் உண்மையில், நம்முடைய மகிழ்ச்சி அளவுகோல் பல அம்சங்களைக் கொண்டிருக்கும், அவற்றில் எதற்கு எவ்வளவு முக்கியத்துவம் என்பது ஒவ்வொருவருக்கும் மாறுபடும். அதை நாம்தான் சிந்தித்து உணரவேண்டும், இது நம் ஒவ்வொருவருக்கும் அவசியமான ஒரு பயிற்சி. ஏனெனில்,

'இதுதான் மகிழ்ச்சி' என்ற வரையறை இரண்டு மனிதர்களுக்கு ஒரேமாதிரி அமைவதில்லை.

எனவே, நமக்கு எது மகிழ்ச்சி என்பதைச் சிந்தித்து உணர்வோம். அதன்பிறகு, படிப்பு, வேலை, தொழில், குடும்பம் சார்பான தீர்மானங்கள் ஒவ்வொன்றிலும் இந்த அளவுகோலைப் பயன்படுத்தி நம்முடைய மகிழ்ச்சியை மிகுதியாக்கிக்கொள்ளலாம்.

5. எட்ஜ் கேஸ்கள் என்னென்ன?

நண்பர்கள் சிலர் ஓர் உணவகத்துக்குள் நுழைகிறார்கள். 'நாலு காஃபி, ஒண்ணுமட்டும் சர்க்கரையில்லாம' என்று கேட்கிறார்கள்.

'சாரி சார்' என்கிறார் அவர்களுக்கு உணவு பரிமாறுகிறவர். 'காஃபியில ஏற்கெனவே சர்க்கரை சேர்த்துட்டோம். அதனால, சர்க்கரையில்லாத காஃபி கிடைக்காது.'

இதைக் கேட்டதும், அந்த நண்பர்களுக்கு எரிச்சல். 'உங்க சகவாசமே வேணாம்' என்று அந்த உணவகத்திலிருந்து வெளியேறுகிறார்கள். பக்கத்திலுள்ள இன்னோர் உணவகத்துக்குச் செல்கிறார்கள். அதேபோல், 'நாலு காஃபி, ஒண்ணுமட்டும் சர்க்கரையில்லாம' என்று கேட்டு வாங்கிக் குடிக்கிறார்கள்.

இந்தக் கதையில் வரும் இரண்டு உணவகங்களிலும் தரமான காஃபி கிடைக்கிறது. என்றாலும், இந்த நண்பர்கள் முதல் கடையை நிராகரித்துவிட்டு இரண்டாவது கடைக்குச் செல்கிறார்கள். அதற்கு என்ன காரணம்?

முதல் கடையைச் சேர்ந்தவர்கள் தங்களுடைய கடைக்கு வருகிற எல்லாரும் சர்க்கரை போட்ட காஃபியைத்தான் குடிப்பார்கள் என்று உறுதியாக நம்புகிறார்கள். ஆகவே, அதிகாலையில் பாலைத் தூக்கி அடுப்பில் வைக்கும்போதே அதில் சர்க்கரையைச் சேர்த்துவிடுகிறார்கள்.

அதன்பிறகு, நாள்முழுக்க அங்கு வருகிறவர்களில் ஐந்துக்கு நான்கு பேர் சர்க்கரை போட்ட காஃபியைத்தான் கேட்கிறார்கள். மீதமுள்ள ஒருவர்மட்டும் ஏமாந்துபோகிறார்.

மேலோட்டமாகப் பார்க்கும்போது இது ஓர் அறிவார்ந்த செயலைப்போல் தோன்றலாம்: நாம் நான்கு பேருக்குக் கடை நடத்துகிறோமா, அல்லது ஒருவருக்காகக் கடை நடத்துகிறோமா? பெரும்பான்மை எண்ணிக்கை அடிப்படையில் பார்த்தால், காஃபியில் முன்கூட்டியே சர்க்கரை போடுவதுதானே சரி?

ஆனால், உலகம் எப்போதும் பெரும்பான்மை மக்களுடைய தேவைப்படி நடப்பதில்லை. ஐந்தில் ஒருவரோ பத்தில் ஒருவரோ சர்க்கரையில்லாத காஃபியைக் கேட்கக்கூடும். அப்போது, அவருக்குச் சேவை புரிய நாம் தயாராக இருக்கவேண்டும். அதாவது, 'எல்லாரும் சர்க்கரை போட்ட காஃபியைத்தான் கேட்பார்கள்' என்கிற முரட்டுத்தனமான சிந்தனையிலிருந்து வெளியில் வரவேண்டும். அப்போதுதான் அந்த இரண்டாவது கடையைப்போல் நாம் எல்லாவிதமான வாடிக்கையாளர்களுக்கும் மன நிறைவான உணவு அனுபவத்தை வழங்க இயலும்.

ஆங்கிலத்தில் இவற்றை "*Happy Case*", "*Edge Case*" என்று அழைக்கிறார்கள். இதில் ஹேப்பி கேஸ் (வழக்கமான செயல்பாடு) எல்லாருக்கும் தெரியும், அதற்கு எல்லாரும் தயாராகிவிடுவார்கள். அத்துடன் எட்ஜ் கேஸையும் (வழக்கத்துக்கு மீறிய செயல்பாடு) சிந்தித்துச் செயல்படும்போது, நாம் மற்றவர்களைவிடக் கூடுதல் முன்னேற்றம் காணலாம்.

எடுத்துக்காட்டாக, நம் வீட்டுக்கு வரும் ஒருவர் மிக உயரமாக

இருக்கிறார். அவரை வீட்டுக்குள் அழைக்கும்போது, 'கொஞ்சம் குனிஞ்சு வாங்க' என்று நினைவுபடுத்துகிறோம். இது எதனால்?

பொதுவாக வீடுகளின் வாசல்கள் சராசரி உயரம் கொண்டவர்களுக்கேற்ப வடிவமைக்கப்படுகின்றன. அதுதான் மெயின் கேஸ். இதனால், பெரும்பாலான மக்கள் எந்தச் சிரமமும் இல்லாமல் எளிதாக வீட்டுக்குள் வந்துவிடலாம்.

ஆனால், இந்த மனிதர் அந்தச் சராசரியைத் தாண்டி உயரமாக இருக்கிறார். ஆகவே, இவர் ஓர் எட்ஜ் கேஸ். ஆகவே, குனிந்து வரச்சொல்லி நாம் அவருக்குச் சொல்லவேண்டியிருக்கிறது.

இப்படி ஒவ்வொரு சூழலிலும் எட்ஜ் கேஸ்கள் இருக்கக்கூடும். அவற்றை அடையாளம் காணவேண்டுமென்றால், நாம் கொஞ்சம் மனத்தைத் திறந்துவைக்கவேண்டும். ஒரு குறிப்பிட்ட வகையில்மட்டும் சிந்திக்காமல், பெரும்பான்மை மக்களைமட்டும் கருத்தில் கொள்ளாமல் பரவலாகச் சிந்திக்கவேண்டும், எல்லாருக்கும் பயன்படும்படி நம்முடைய செயல்பாடுகளை அமைக்கவேண்டும்.

தொலைக்காட்சியிலோ இணையத்திலோ சில தமிழ்ப் படங்களைப் பார்க்கும்போது, அவற்றுக்கு ஆங்கிலத்தில் துணைத்தலைப்புகளை(சப்டைட்டில்ஸ்)க் காண்கிறோம். ஏற்கெனவே தமிழ் தெரிந்த நமக்கு அந்தத் துணைத்தலைப்புகள் தேவையில்லை. ஆனால், தமிழ் தெரியாத ஒருவருக்கு அவை பயன்படும். தமிழ் தெரியாதவர்களும் இந்தப் படத்தைப் பார்க்கக்கூடும் என்கிற எட்ஜ் கேஸைக் கருத்தில் கொண்டுதான் அவர்கள் அந்தத் துணைத்தலைப்புகளை வழங்குகிறார்கள்.

ஆக, நாம் எதைச் செய்யும்போதும் எட்ஜ் கேஸ்களைப்பற்றிச் சிந்திக்கவேண்டும். 'எல்லாவிதமான சூழ்நிலைகளையும் கருத்தில் கொண்டுவிட்டோமா?' என்று நினைத்துச் செயல்படவேண்டும்.

ஒருவர் தன் மகனின் திருமணத்துக்கு அழைப்பிதழ் அச்சிடுகிறார். அதில் மண்டபத்தின் பெயர், முழு முகவரியை அளிக்கிறார்.

அத்துடன், அங்கு வருவதற்கான பேருந்து எண்கள், பேருந்து நிறுத்தத்தின் பெயர், கூகுள் மேப்ஸ் இணைப்பு ஆகியவற்றையும் அச்சிடுகிறார். கூடவே தன்னுடைய தொலைபேசி எண்ணையும் அளிக்கிறார். இதன்மூலம் அவர் எத்தனை எட்ஜ் கேஸ்களைக் கவனித்துக் கையாள்கிறார் என்று யோசியுங்கள்:

★ ஏற்கெனவே பல ஆண்டுகளாக இந்த ஊரில் இருப்பவர்களுக்கு மண்டபத்தின் பெயர் போதும்.

★ ஆனால், மண்டபத்தின் பெயர் தெரியும், அது எங்கு இருக்கிறது என்று தெரியாது எனச் சொல்பவர்களுக்கு முகவரி வேண்டும்.

★ கார், பைக்கில் வருகிறவர்கள், நடந்து வருகிறவர்களுக்குக் கூகுள் மேப்ஸ் இணைப்பு வழிகாட்டும்.

★ எல்லாரும் காரில், பைக்கில் வரமாட்டார்கள்; பேருந்தில் வருகிறவர்களுக்குப் பேருந்து எண், நிறுத்தத்தின் பெயர் வேண்டும்.

★ இதையெல்லாம் தாண்டியும் மண்டபத்தைக் கண்டறிய இயலாதவர்களுக்குத் தொலைபேசி எண் பயன்படும். தொலைபேசியில் அழைத்து, 'நான் இங்கே இருக்கேன், எப்படி வர்றதுன்னு சொல்லுங்க' என்று விசாரிக்கலாம்.

ஆக, எட்ஜ் கேஸ்களைச் சிந்திப்பது நம்முடைய அக்கறையைக் காட்டுகிறது. இந்த உலகம் ஒரேமாதிரியானது இல்லை என்பதை உணர்ந்து, பலவிதமான மனிதர்கள், பலவிதமான தேவைகளுக்கேற்ப நாம் செயல்படுகிறோம். இதனால், சுற்றியிருக்கிறவர்களிடையே நமக்கு நல்ல பெயரும் சிறப்பான நட்பு வட்டமும் கிடைக்கும்.

இன்னொருபக்கம், எட்ஜ் கேஸ்களைச் சிந்திப்பதும் அவற்றுக்குத் தயாராவதும் நம்முடைய சிந்தனைத்திறனைக் கூர்மையாக்கும். எல்லாம் நாம் திட்டமிட்டபடி நடக்கும் என்கிற பிடிவாதம் இல்லாமல், சூழ்நிலை வேறுவிதமாகவும் மாறக்கூடும் என்பதை

உணர்ந்து அதற்கேற்பத் தயாராவோம், ஏமாற்றம், பதற்றம் குறையும்.

எடுத்துக்காட்டாக, ஒரு முக்கியமான கூட்டத்தில் பேசுகிறோம். அதற்கான குறிப்புகளைத் தாளில் எழுதி எடுத்துக்கொள்கிறோம். அவற்றை செல்ஃபோனிலும் புகைப்படம் பிடித்து வைக்கிறோம். இதனால், 'ஒருவேளை குறிப்புத்தாள் தொலைந்துவிட்டால்?' என்கிற எட்ஜ் கேஸ் தீர்க்கப்பட்டுவிடுகிறது, 'குறிப்புத்தாள் இல்லாவிட்டாலும் செல்ஃபோனைப் பார்த்துப் பேசிவிடுவேன்' என்று நம்பிக்கையோடு சொல்கிறோம்.

ஆக, எட்ஜ் கேஸ்கள் பிறருக்குமட்டுமில்லை, நமக்கும் பயன்படுகின்றன. அவற்றை அடையாளம் கண்டு பயன்படுத்துவது எல்லாருக்கும் நன்மை.

ஒருவர் சாத்தியமுள்ள எல்லா எட்ஜ் கேஸ்களையும் அடையாளம் கண்டுவிட இயலுமா?

கண்டிப்பாக இயலாது. ஆனால் அதற்காக, எட்ஜ் கேஸ்களையே சிந்திக்காமல் இருந்தால் அது இன்னும் மோசம். இயன்றவரை எட்ஜ் கேஸ்களைக் கற்பனை செய்து, பிறரிடம் பேசி, படித்துத் தெரிந்துகொண்டு அவற்றுக்குத் தயாராக இருப்பதுதான் சரியான அணுகுமுறை. அதையும் மீறி நாம் சிந்திக்காத இன்னொரு புதிய எட்ஜ் கேஸ் வந்தால், அதை ஒரு புதிய கற்றலாக நினைத்துக்கொள்ளவேண்டியதுதான்.

உங்கள் வீட்டில், நட்பில், பணியில், தொழிலில் மெயின் கேஸ்கள் என்னென்ன, எட்ஜ் கேஸ்கள் என்னென்ன? அவற்றைச் சிந்திக்கத் தொடங்குங்கள். எட்ஜ் கேஸ்களைப் புறக்கணிக்காதவர்களுக்கு எப்போதும் வெற்றிதான்!

௬. இச்சிகோ இச்சியெ

பூங்காவில் ஒருவரைப் பார்த்தேன், அமைதியாக அமர்ந்திருந்தார், சுற்றி நடப்பவர்கள், ஓடுகிறவர்கள், விளையாடுகிறவர்களையெல்லாம் பார்த்துக்கொண்டிருந்தார், கையில் புத்தகம் இல்லை, காதில் ஹெட்ஃபோன் இசை இல்லை, யாருடனும் செல்ஃபோனிலோ நேரிலோ பேசவில்லை, அமைதியாக அனைவரையும் கவனித்தபடியிருந்தார்.

அத்தனை பெரிய பூங்காவில் பலவிதமான மனிதர்கள்! சிலர் அங்கு நடப்பதற்காக வருகிறார்கள், சிலர் ஓடுகிறார்கள், உடற்பயிற்சி செய்கிறார்கள், விளையாடுகிறார்கள், பேசுகிறார்கள், தியானம் செய்கிறார்கள், படிக்கிறார்கள், கணினியில் வேலை பார்க்கிறார்கள்... இப்படி எல்லாருக்கும் ஒரு நோக்கம் இருந்தது, அது வெளிப்படையாகத் தெரிந்தது. அவர்களுடன் ஒப்பிடும்போது, இவர்மட்டும் வேறுபட்டுத் தெரிந்தார்.

ஒருவேளை, யாராவது அவரை நெருங்கி, 'ஐயா, இன்றைக்கு நீங்கள் ஏன் இந்தப் பூங்காவுக்கு வந்தீர்கள்? உங்களுடைய வருகையின் நோக்கம் என்ன?' என்று கேட்டிருந்தால், அவர் 'இச்சிகோ இச்சியெ' என்று பதில் சொல்லியிருக்கக்கூடும்.

அதென்ன 'இச்சிகோ இச்சியெ'?

இந்த ஜப்பானியச் சொற்களுக்குப் பலவிதமான பொருள்களைக் கூறுகிறார்கள். அவற்றுள் நமக்கு நன்கு புரியக்கூடிய ஒன்று, 'வாழ்நாளில் ஒருமுறை மட்டுமே கிடைக்கும் அனுபவம்.'

ஆனால், பூங்காவுக்குச் செல்வது வாழ்நாள் அனுபவமா என்ன? இதற்கும் இதே மனிதரை இதே பூங்காவில் நான் பலமுறை பார்த்திருக்கிறேனே.

உண்மைதான். இதே மனிதர் இதே பூங்காவுக்குப் பலமுறை வந்திருக்கலாம், ஆனால், அந்த வருகைகள் அனைத்தும் இன்றைய வருகைக்குச் சமமாகிவிடாது. ஒவ்வொன்றும் ஒரு வருகை, ஒவ்வொன்றும் ஓர் அனுபவம், அதுதான் 'இச்சிகோ இச்சியெ'.

'வாழ்நாள் அனுபவம்' என்ற சொல் பொதுவாகத் தவறானமுறையில் புரிந்துகொள்ளப்படுகிறது. ஒருவருடைய வாழ்க்கையில் இதற்குமுன் எப்போதும் நடக்காத, பெரும்பாலும் ஒரே ஒருமுறை மட்டுமே நடக்கிற திருமணம், குழந்தைப் பிறப்பு, சொந்த வீடு வாங்குதல், சொந்தக் கார் வாங்குதல், புத்தகம் எழுதுதல், விருது பெறுதல், பாராட்டு விழா போன்ற நிகழ்வுகளின் மீது மட்டும் அந்த முத்திரையைக் குத்துகிறோம். ஆகவே, ஒவ்வொரு நாளும் நாம் கடந்துவருகிற ஏராளமான 'வாழ்நாள் அனுபவ'ங்களை முழுமையாக ரசித்து அனுபவிக்காமல் விட்டுவிடுகிறோம்.

இந்த மனிதரையே எடுத்துக்கொள்ளுங்கள். இவர் இதற்குமுன் இதே பூங்காவுக்கு வந்திருக்கிறார் என்றாலும், அன்றைக்கு இவர் பார்த்த விஷயங்களும் இன்றைக்குப் பார்க்கும் விஷயங்களும் ஒன்றில்லை. மனிதர்கள் ஒன்றாக இருந்தாலும், நிகழ்வுகள் ஒன்றில்லை, ஆகவே, அனுபவமும் ஒன்றில்லை. இதனால், அவருடைய ஒவ்வொரு பூங்கா வருகையும் ஒரு 'வாழ்நாள் அனுபவம்'தான்.

நாள்தோறும் ஒரே பேருந்தில், ஒரே வழியில்தான் அலுவலகத்துக்குச் செல்கிறோம். பல நேரங்களில் ஒரே ஓட்டுநர், ஒரே நடத்துநர், ஏன், பயணிகள்கூட ஒரேமாதிரி அமைந்துவிடக்கூடும். ஆனால், அந்தப் பயணங்கள் அனைத்தும் ஒன்றில்லை. ஒவ்வொரு நாளும் ஒவ்வோர் அனுபவம், இன்று பார்க்கும் காட்சி நாளைக்குக் கிடைக்காது, நாளைய காட்சி நாளை மறுநாள் கிடைக்காது.

ஆகவே, வாழ்க்கையின் ஒவ்வொரு கணத்தையும் வாழ்நாள் அனுபவங்களாகக் கருதி ரசித்து அனுபவியுங்கள், எந்தக் கவனச்சிதறலும் இல்லாமல் அவற்றில் முழுமையாக ஈடுபடுங்கள் என்கிறது 'இச்சிகோ இச்சியெ'.

இன்றைய இயந்திர உலகம் 'இச்சிகோ இச்சியெ'வின் மறுதிசைக்கு நம்மை இழுத்துச்செல்கிறது. அரிய அனுபவங்களின்போதுகூட செல்ஃபோன் திரையில் மூழ்கியிருக்கிறோம், நமக்கு எதிரில் இருக்கிறவர்களைப் புறக்கணிக்கிறோம். நம் அன்புக்குரியவர்களுடன் நெருக்கமான, ஆழமான உரையாடல்களில் இறங்க இயலாதபடி, அருகில் இருப்பவருக்கு நம்முடைய நேரத்தையும் கவனத்தையும் முழுமையாகத் தர இயலாதபடி எங்கெங்கோ மனம் அலைபாய்கிறது. அப்படியில்லாமல் ஒவ்வொரு கணத்தையும் ரசித்து ஈடுபடத் தொடங்கினால் இன்னும் நிறைவான வாழ்க்கையை உணரலாம்.

ஜப்பானியப் பண்பாட்டில் தேநீர் விருந்துகளுக்கு முதன்மையான இடம் உண்டு. அந்த விருந்துகளை நடத்துகிறவர்களும் சரி, அவற்றுக்கு வருகிறவர்களும் சரி, அடிக்கடி சந்திக்கிறவர்களாகத்தான் இருப்பார்கள். ஆனால், அன்றைய தேநீர் விருந்து அதற்குமுன் ஒருபோதும் நடந்திருக்காது, அதற்குப்பின் ஒருபோதும் நடக்காது என்கிற உணர்வுடன் அவர்கள் அந்த விருந்தை அணுகுவார்கள். விருந்தை வழங்குபவர் முழுக் கவனத்தையும் செலுத்தித் தன்னுடைய விருந்தினர்களை உபசரிப்பார், விருந்தில் கலந்துகொள்கிறவர்கள் வேறெங்கும் மனத்தை அலையவிடாமல் அந்தக் கணத்தில்

தங்குவார்கள், இதனால் ஒவ்வொரு விருந்தும் மிகச் சிறப்பாக அமையும்.

நம்முடைய அன்றாடச் செயல்பாடுகள் ஒவ்வொன்றிலும் இந்தப் பழக்கத்தை நாம் கொண்டுவரலாம். அதற்கு, எந்தச் சந்திப்பையும், எந்தச் செயலையும், எந்த உரையாடலையும் 'மறுபடி நிகழப்போவதுதானே' என்று நினைத்து அலட்சியப்படுத்தாமல், அதை ஒரு வாழ்நாள் அனுபவமாக எண்ணி, அந்தக் கணத்துக்கு நம்மை முழுமையாகத் தரவேண்டும்.

ஏனெனில், நாம் 'நிகழ்காலம்' என்று சொல்கிற அந்த ஒரு கணம்தான் நம்மிடம் முழுமையாகக் கிடைக்கிறது. அதற்குமுன் நடந்தவை, அதாவது, 'கடந்தகாலம்' ஏற்கெனவே நிறைவடைந்துவிட்டது, அதை நினைத்து மனம் வருந்துவதாலோ மகிழ்வதாலோ எந்தப் பயனும் இல்லை. அதற்குப்பின் நடக்கவிருப்பவை, அதாவது, 'எதிர்காலம்' இனிமேல்தான் வரப்போகிறது, அதை நினைத்துக் காத்திருப்பதைவிட, அது இப்படி வருமோ, அப்படி வருமோ என்று பதற்றப்படுவதைவிட, இப்போது கையில் இருக்கும் கணத்தை நன்கு அனுபவிக்கலாம்.

பல நேரங்களில், நாம் நிகழ்காலத்தை அனுபவிக்க இயலாதபடி தடுக்கிறவை இந்தக் கடந்தகால நினைவுகளும் அசைபோடல்களும் எதிர்காலம்பற்றிய கனவுகளும் எதிர்பார்ப்புகளும்தான். உண்மையில், இந்தச் சிந்தனைகளால் எந்தப் பயனும் இருக்கப்போவதில்லை. அந்தக் கண்ணோட்டத்தில் பார்க்கும்போது, இந்தக் கணத்தில் வாழ்வதுதான் சரியானது, அதுதான் அனைத்தையும் சாத்தியமாக்குகிறது.

ஒவ்வொரு கணத்தையும் அனுபவிக்கவேண்டும் என்று திரும்பத் திரும்பச் சொல்கிறோமே, அதை எப்படி அனுபவிப்பது?

முதலில், முந்தைய, பிந்தைய கணங்களைப்பற்றிய நினைவுகளில் ஈடுபடாதபடி மனத்தை இந்தக் கணத்தில் நிலைநிறுத்தவேண்டும். கண்களை, காதுகளை, மூக்கை, ஐம்புலன்களையும் திறந்து நம்முடைய சூழலை உணரவேண்டும். செல்ஃபோன்

சிணுங்கலையும் ஃபேஸ்புக்கில் குவிந்துகொண்டிருக்கும் செய்திகளையும் மின்னஞ்சல் நினைவூட்டல்களையும் எண்ணிப்பார்க்காமல், எதிரிலிருக்கிற, சுற்றியிருக்கிற மக்களை, பொருட்களைக் கவனிக்கவேண்டும். சிந்தனையை வேறு எங்கும் அலையவிடாமல் அவர்களுடைய முகக்குறிப்புகளை, சொற்களை, புன்னகையை, அன்பைக் கவனித்துப் புரிந்துகொண்டு எதிர்வினையாற்றவேண்டும். கொண்டாட்டம் என்பது ஏதோ ஆண்டுக்குச் சில நாட்கள்மட்டும் வருவது இல்லை, நாள்காட்டியால் குறிப்பிடப்படுவது இல்லை, நம் மனம் உருவாக்கிக்கொள்வதுதான் என்பதை அறியவேண்டும். அதன்பிறகு, ஆண்டுமுழுக்க, வாழ்நாள்முழுக்கக் கொண்டாட்டம்தான், அதுவும் தனித்துவமான, வாழ்நாள் அனுபவக் கொண்டாட்டம்தான்!

7. லோக்கல் சாதனையா?
க்ளோபல் சாதனையா?

ஒரு மைதானத்தில் கிரிக்கெட் போட்டி நடைபெறுகிறது. அதில் ஒரு வீரர் 120 ரன்களைக் குவிக்கிறார். மக்கள் அனைவரும் எழுந்து நின்று அவரைப் பாராட்டுகிறார்கள்.

ஏனெனில், அந்த மைதானத்தில் அதுவரை விளையாடிய யாரும் 119 ரன்களைக் கடந்ததில்லை. இவர் 120 ரன்கள் எடுத்து அந்தச் சாதனையை முறியடித்திருக்கிறார். ஆகவே, ரசிகர்கள் அவரைப் பாராட்டி மகிழ்கிறார்கள்.

அடுத்த பந்து, லட்டுமாதிரி வருகிறது. அந்த வீரர் அதைத் தூக்கி அடிக்கிறார், அவுட் ஆகிவிடுகிறார், ஏமாற்றத்துடன் பெவிலியன் திரும்புகிறார். அதே நேரம், இந்த மைதானத்தில் இதற்குமுன் யாரும் எடுக்காத அளவுக்கு 120 ரன்களை எடுத்துவிட்டோம் என்ற மன நிறைவும் அவருக்குள் இருக்கிறது.

ஆறு மாதங்களுக்குப்பிறகு, அதே வீரர் அதே மைதானத்தில் இன்னொரு போட்டியில் விளையாடுகிறார். இந்தமுறை அவர் 150 ரன்களைக் குவிக்கிறார். அதன்மூலம் இன்னொரு புதிய சாதனையைப் படைக்கிறார்.

ஆனால், அவருடைய மனத்துக்குள் ஒரு சிந்தனை, 'ஆறு மாசத்துக்கு முன்னாடி இதே மைதானத்துல விளையாடினபோது நான் 120 ரன் எடுத்தேன். அப்போ அது பெரிய சாதனையாத் தோணிச்சு. ஆனா இன்னிக்கு, அதைவிட 30 ரன் கூடுதலா எடுத்திருக்கேன். ஒருவேளை, அன்னிக்கும் நான் கொஞ்சம் கவனமா விளையாடியிருந்தா இன்னும் நிறைய ரன் குவிச்சிருக்கலாமோ?'

இப்படிச் சிந்தித்ததும், அவருக்குள் புதிய ஊக்கம் பிறக்கிறது. 150 என்கிற எண்ணிக்கையைக் கண்டு மனம் மகிழ்ந்துவிடாமல் மேலும் அக்கறையுடன் விளையாடுகிறார், இன்னும் 20 ரன்களைக் குவித்து 170 ரன்களை எட்டுகிறார், முன்பைவிடப் பெரிய சாதனையைச் செய்கிறார்.

இதுபோன்ற புள்ளிவிவரங்களை ஆராயும் கணக்கு வல்லுனர்கள் *Local Maximum, Global Maximum* என்ற இரு கருத்துகளைப் பயன்படுத்துகிறார்கள். இவற்றை 'இப்போதைய அதிகபட்ச மதிப்பு', 'ஒட்டுமொத்த அதிகபட்ச மதிப்பு' என்று மொழிபெயர்க்கலாம்.

Local Maximum என்றால், இப்போதைய நிலைமையில் அதுதான் அதிகபட்ச மதிப்பு, அதற்குமேல் ஏதும் இல்லை, முதல் போட்டியில் அந்த வீரர் எடுத்த 120 ரன்களைப்போல.

Global Maximum என்றால், அதற்கு முன்பும் சரி, பின்பும் சரி, அதுதான் அதிகபட்ச மதிப்பு; இரண்டாவது போட்டியில் அந்த வீரர் எடுத்த 170 ரன்களைப்போல. அதோடு ஒப்பிடும்போது, முதல் போட்டியில் அவர் எடுத்த 120 ரன்கள் வெறும் *Local Maximum*தான். அப்போதே அதைத் தாண்டி *Global Maximum*க்குச் செல்ல அவருக்கு ஒரு வாய்ப்பு இருந்தது. கொஞ்சம் அவசரப்பட்டு அந்த வாய்ப்பை இழந்துவிட்டார். காரணம், 'ஆஹா, *Local Maximum*ஐ எட்டிவிட்டோமே' என்று அவர் தமக்குள் கொண்ட பெருமித உணர்வுதான்.

நாம் செய்த சாதனையை எண்ணிப் பெருமைப்படுவதில் எந்தத்

தவறும் இல்லை. அதே நேரம், *Global Maximum*ஐ எட்டும் வாய்ப்பு இருக்கும்போது, *Local Maximum*உடன் நின்றுவிட்டால் அது நமக்கு இழப்புதானே?

நம்முடைய அன்றாட வாழ்க்கையில், வேலையில் நாம் பல சாதனைகளைச் செய்கிறோம், அதை எண்ணிப் பெருமை கொள்கிறோம். ஆனால், அப்போதெல்லாம் நாம் நம்மையே கேட்டுக்கொள்ளவேண்டிய சில கேள்விகள்: ‘இது *Global Maximum*ஆ? அல்லது, *Local Maximum*ஆ? ஒருவேளை, *Local Maximum*ஆக இருந்தால், இத்துடன் மன நிறைவடைந்து நின்றுவிடாமல் இன்னும் முன்னேறி *Global Maximum*ஐ எட்டுவது எப்படி?’

கணக்கு வல்லுனர்கள் சொல்லும் ஆங்கிலப் பதங்களையெல்லாம் விடுங்கள். ‘உள்ளுவதெல்லாம் உயர்வு உள்ளல்’ என்று திருவள்ளுவரும் ‘பெரிதினும் பெரிது கேள்’ என்று பாரதியாரும் சொன்னது இதைத்தான். எவ்வளவு சாதித்தாலும் சரி, ‘இது போதாது, இன்னும் கொஞ்சம் முன்னேறவேண்டும்’ என்கிற மனநிலை இருக்கும்வரை, நம்முடைய முன்னேற்றத்துக்கும் வெற்றிக்கும் எல்லைகளே இல்லை.

அதற்காகச் சிறிய வெற்றிகளை (அதாவது, *Local Maximum*களை) நாம் பொருட்படுத்தக்கூடாது என்று பொருள் இல்லை. உண்மையில், ஒவ்வொரு வெற்றியும் கொண்டாடப்படவேண்டியதுதான். ‘பிரமாதம், அசத்திட்டே’ என்று நம்மை நாமே தட்டிக்கொடுத்துக்கொண்டு ஊக்கம் பெறவேண்டும். அதே நேரம், பயணம் இன்னும் முடியவில்லை என்கிற உணர்வும் இருக்கவேண்டும்.

ஒருவர் மலையேறுகிறார், அவருக்கு முன்னால் மிக உயரத்தில் சிகரம் தெரிகிறது, அதையே இலக்காகக் கொண்டு முன்னேறுகிறார். பாதி வழியில் ‘ஏறியது போதும்’ என்று அவர் ஊக்கம் இழந்து திரும்புவதில்லை, ஏனெனில், ‘இன்னும் ஏறவேண்டும்’ என்று மலையே அவருக்குச் சொல்கிறது, ‘சிகரத்தை நோக்கி வா’ என்று அழைக்கிறது.

ஆனால், நம்முடைய அன்றாட வாழ்க்கைப் பயணங்களில் சிகரம் எங்கு உள்ளது என்று நமக்குத் தெரிவதில்லை. அதனால், சிறிய வெற்றிகளை நாம் சிகரங்களாக எண்ணிவிடக்கூடும். அதனால், உண்மையான சிகரத்தை எட்டாமல் திரும்பிவிடக்கூடும். அந்தப் பிரச்சனையைத் தீர்க்க ஒரே வழி, 'ஏறியது போதும்' என்ற உணர்வு எப்போதும் ஏற்படக்கூடாது. சாதனை படைத்தபோதும், 'இது *Local Maximum*தான், இனி நான் *Global Maximum*ஐ நோக்கிச் செல்வேன்' என்ற எண்ணத்தை வளர்த்துக்கொள்ளவேண்டும்.

தேர்வில் 98 மதிப்பெண் எடுத்த மாணவரைப் பார்த்து 'மீதி 2 மார்க் என்ன ஆச்சு?' என்று சிலர் கேட்பதுண்டு. அதற்காக, அந்த 98 மதிப்பெண்களை அவர்கள் மதிக்கவில்லை என்று பொருள் இல்லை, மீதமுள்ள 2 மதிப்பெண்களையும் எடுத்து *Global Maximum*ஐ எட்டியிருக்கலாமே என்று சுட்டிக்காட்டுவதுதான் அவர்களுடைய நோக்கம்.

ஒருவேளை, அந்த மாணவர் தேர்வில் 100க்கு 100 மதிப்பெண் எடுத்திருந்தால்?

அது கண்டிப்பாகப் பெரிய சாதனைதான். ஆனால், அதுதான் *Global Maximum* என்று பொருள் இல்லை. தொடர்ந்து இரண்டு தேர்வுகளில், அல்லது ஐந்து தேர்வுகளில் 100க்கு 100 எடுக்கிற ஒரு புதிய *Global Maximum*ஐ நோக்கி அவர் நடக்கலாம். இப்படி ஒவ்வோர் இலக்காக எட்டியபின் அடுத்தடுத்த, இன்னும் பெரிய இலக்குகளை அமைத்துக்கொண்டு முன்னேறலாம்.

ஆகவே, மற்றவர்கள் 'மீதி 2 மார்க் என்ன ஆச்சு?' என்று கேட்குமுன், நம்மை நாமே இதுபோல் கேட்டுக்கொள்ளப் பழகிவிட்டால், அதை ஓர் இழிவுக் கேள்வியாக இல்லாமல், ஊக்கம் தரும் விஷயமாக மாற்றிக்கொண்டுவிட்டால், நம்முடைய திறமைகளைச் சரியாகப் பயன்படுத்தி இன்னும் சிறந்த பலன்களைப் பெற இயலும். அப்படிச் சிந்திக்கிறவர்கள் தாங்களும் வெற்றியடைகிறார்கள், தங்கள் துறையையும் இந்த உலகையும் முன்னேற்றப் பாதையில் அழைத்துச்செல்கிறார்கள்.

8. நம் தலைவர், நம்மில் ஒருவர்

உலகின் மிகப் பெரிய பணக்காரர்களில் ஒருவர். ஆனால், ஆண்டுக்குச் சிலமுறை தம்முடைய தொழிற்சாலையில் உறங்குகிறார்.

இது ஒரு பெரிய விஷயமா? எல்லாத் தொழிற்சாலைகளிலும் முதலாளிக்கென்று ஒரு சொகுசு அறை இருக்கும். அங்கு ஜம்மென்று ஏசியைப் போட்டுக்கொண்டு தூங்குவார். அவ்வளவுதானே?

ம்ஹூம், இல்லை. இந்தத் தொழிலதிபர் நடுத் தொழிற்சாலையில் இயந்திரச் சத்தத்துக்கு மத்தியில் தூங்குகிறார். யாராவது அவரை எழுப்பி, 'சார், பக்கத்துல ஒரு கான்ஃபரன்ஸ் ரூம் (விவாத அறை) இருக்கு, அங்கே போய்த் தூங்குங்களேன்' என்று சொன்னால், 'வேண்டாம்' என்று மறுக்கிறார். 'நான் இங்கேதான் தூங்குவேன்.'

'ஏன் சார்?'

'நான் அந்த ரூமுக்குள்ள போய்த் தூங்கினா நம்ம தொழிலாளர்கள் என்னைப் பார்க்கமுடியாதில்லையா?'

'ஆமா, அதுக்கென்ன?'

'அதனாலதான் நான் இங்கே தூங்கறேன்' என்கிறார் அந்தத் தொழிலதிபர். 'நான் இங்கேதான் இருக்கேன், இவங்களோடதான் இருக்கேன் அப்படீங்கறதை இவங்க பார்க்கணும்.'

'நீங்க இங்கே தூங்கறதைத் தொழிலாளர்கள் ஏன் பார்க்கணும்?'

'ஏன்னா, இப்ப நம்ம தொழிற்சாலையில ஒரு பெரிய பிரச்சனை ஓடிக்கிட்டிருக்கு. அதைச் சரிசெய்யறதுக்காக நூற்றுக்கணக்கானவங்க இரவு, பகலாப் போராடிக்கிட்டிருக்காங்க' என்று விளக்குகிறார் அவர். 'இந்த நிலைமையில, எல்லாரும் சேர்ந்து பிரச்சனையைச் சரிசெய்யுங்க, நான் நாளைக்கு வந்து பார்க்கறேன்னு சொல்லிட்டு நான் கிளம்பிட்டேன்னு வெச்சுக்கோங்க, அது நியாயமா?

அதனாலதான், ஒவ்வொருமுறை இந்தமாதிரி பிரச்சனை வரும்போதும் நான் தொழிற்சாலையிலயே தங்கிடறேன். எல்லாரும் சேர்ந்து பிரச்சனையைத் தீருங்கன்னு கட்டளை போடாம, எல்லாரும் சேர்ந்து பிரச்சனையைத் தீர்ப்போம், வாங்கன்னு கூப்பிடறேன். அனைவரோடும் சேர்ந்து வேலைசெய்யறேன். தூக்கம் வந்தாலும் வீட்டுக்குப் போறதில்லை. இங்கேயே, எல்லாரும் பார்க்கறமாதிரி தூங்கறேன். கொஞ்ச நேரத்துல எழுந்து தொடர்ந்து வேலை பார்க்கறேன்.

இதைப் பார்க்கிற தொழிலாளர்கள் என்ன நினைப்பாங்க? உண்மையிலயே இந்தப் பிரச்சனையைத் தீர்க்கணும்ன்னு நம்ம முதலாளி நினைக்கறார். அதனால, நாமும் அவரோட சேர்ந்து கடினமா உழைக்கணும், பிரச்சனையைத் தீர்த்து வெற்றிபெறணும்னு உழைப்பாங்க. அப்ப, நாலு நாள்ல தீர்ற பிரச்சனை ரெண்டே நாள்ல தீரும். அதுதான் எனக்கு வேணும்.'

இந்தக் கதையில் வரும் தொழிலதிபர் கற்பனைக் கதாபாத்திரம் இல்லை. டெஸ்லா, ஸ்பேஸ்எக்ஸ் உள்ளிட்ட பல புகழ் பெற்ற நிறுவனங்களைத் தொடங்கி நடத்தியவர், உலகின் மிகச் சிறந்த கண்டுபிடிப்பாளர்கள், வடிவமைப்பாளர்கள்,

தொழிலதிபர்களுடைய பட்டியலில் இடம் பெறக்கூடியவரான ஈலான் மஸ்க்தான் அவர்.

ஈலானுடைய தொழில் நிறுவனங்களில் எந்தப் பெரிய பிரச்சனை வந்தாலும் சரி, அவரும் பொறியாளர்கள், தொழிலாளர்களோடு சேர்ந்து உழைத்து அதைச் சரிசெய்கிறார், 'உங்களோடு நான் இருக்கிறேன்' என்பதைக் காண்பிக்கும்வகையில் அவர்களோடு நெடுநேரம் செலவிடுகிறார், தமக்கென்று தனி வசதிகள் எதையும் எதிர்பார்க்காமல் தொழிற்சாலையிலேயே தங்கி வேலை செய்கிறார்.

புகழ் பெற்ற வெற்றியாளரான ஈலானைப் பல இதழ்கள், தொலைக்காட்சி சானல்கள், யூட்யூப் சானல்கள் பேட்டியெடுக்கின்றன. 'உங்களுடைய சாதனைகளுக்கு என்ன காரணம்?' என்று கேட்கின்றன. அப்போதெல்லாம் அவர் 'என்னுடைய கடின உழைப்புதான் காரணம்' என்றோ, 'என்னுடைய அறிவுதான் காரணம்' என்றோ பதில் சொல்வதில்லை. 'என்னுடைய குழுவில் மிகச் சிறந்த வல்லுனர்கள் இருக்கிறார்கள். இந்தச் சாதனையில் அவர்களுக்குப் பெரும் பங்கு இருக்கிறது' என்கிறார்.

உண்மையான தலைவர்கள் தங்களுடைய குழுவின் முக்கியத்துவத்தை எப்போதும் உணர்ந்திருக்கிறார்கள். தன்னுடைய தலைமைப்பண்பு எவ்வளவுதான் சிறப்பாக இருந்தாலும், தன்னுடைய அறிவும் அனுபவமும் மிகுதியாக இருந்தாலும், அதைச் செயலாக்கவேண்டுமென்றால் எல்லாரும் தன்னுடைய பக்கத்தில் இருக்கவேண்டும் என்பது அவர்களுக்குப் புரிந்திருக்கிறது.

'காந்தி இந்தியாவுக்கு விடுதலை பெற்றுத்தந்தார்' என்று நாம் புத்தகங்களில் எழுதுகிறோம். ஆனால், காந்தியிடம் சென்று யாராவது இதைச் சொன்னால் அவர் பொக்கை வாயைத் திறந்து சிரித்திருப்பார். 'என்னோடு கைகோத்து நின்ற மற்ற தலைவர்கள், தொண்டர்களெல்லாம் இல்லாமல் நான் எப்படி விடுதலை பெற்றுத்தந்திருக்க இயலும்?' என்று கேட்டிருப்பார்.

இதுபோல் நம் ஒவ்வொருவருடைய வெற்றிக்குப் பின்னாலும் பலருடைய உழைப்பும் உதவியும் துணையும் உண்டு. ஆகவே, அந்த வெற்றிக்குத் தனியாகச் சொந்தம் கொண்டாடாமல், மற்றவர்களையும் சேர்த்துப் பாராட்டும்போது நம்முடைய மதிப்பு குறையாது, உயரத்தான் செய்யும்.

எடுத்துக்காட்டாக, ஈலான் மஸ்க் தன்னுடைய பேட்டிகளில், 'என் குழுவோடு சேர்ந்து உழைத்துதான் நான் வெற்றிபெற்றேன்' என்று சொல்லும்போது, 'அப்படியானால் நீங்கள் புறப்படுங்கள், நாங்கள் உங்கள் குழுவைப் பேட்டி எடுத்துக்கொள்கிறோம்' என்று எந்த நிருபரும் சொல்வதில்லை. 'உலகத்தின்முன் தன்னைமட்டும் உயர்த்திப் பேசிக்கொள்கிற வாய்ப்பு இருந்தும்கூடத் தன்னுடைய குழுவுக்கு முழு மதிப்பைத் தருகிறாரே, இவர் எத்தனை பெரிய தலைவர்!' என்று வியக்கதான் செய்கிறார்கள்.

இன்னொருபக்கம், எல்லா வெற்றிகளும் தன்னால் கிடைத்தவைதான் என்று பெருமையடித்துக்கொள்ளும் தலைவர்களும் உண்டு. அவர்களைப் பார்த்து உலகம் வியக்கலாம். ஆனால், அவர்களுடைய குழுவில் உள்ளவர்கள் அந்தத் தலைவர்களை ரசிக்கமாட்டார்கள், 'எங்கள் உழைப்பைத் தலைவர் இப்படி இருட்டடிப்பு செய்துவிட்டாரே' என்று வருந்துவார்கள், மகிழ்ச்சியாக இல்லாத குழுவை வைத்து அந்தத் தலைவர் எதைச் சாதித்துவிடமுடியும்?

நிறுவன அடுக்கில் ஒரு தலைவர் உயரத்தில் அமர்ந்திருக்கலாம். ஆனால், மற்றவர்களோடு ஒருவராகக் கைகோத்து நின்று, அவர்களுடைய சிரமங்களில் பங்கு கொண்டு, வெற்றிகளைப் பகிர்ந்துகொண்டு, தோல்விகளின்போது ஊக்கம் தந்து அனைவரையும் அரவணைத்து அழைத்துச்செல்கிறபோதுதான் அவர் சிறந்த தலைவராகிறார்.

இங்கு தலைவர் என்பவர் ஈலான் மஸ்க் போன்ற தொழிலதிபராகவோ, காந்தியைப் போன்ற சமூகத் தலைவராகவோ இருக்கவேண்டும் என்று கட்டாயமில்லை. சிறு குழுக்களை வழிநடத்துகிறவர்கள், ஆசிரியர்கள், குடும்பத் தலைவர்கள்,

நண்பர்களை வழிநடத்துகிறவர்கள் என்று எல்லாரும் இந்தத் தத்துவத்தைப் பின்பற்றலாம், 'வாங்க, ஒண்ணாச் சேர்ந்து நடப்போம்' என்று அவர்கள் உரக்கச் சொல்லும்போது, எதிர்ப்படும் தடைகள் எல்லாம் உடைந்துபோகும்.

௯. பயானிஹறன்

அந்தக் குடும்பத்தினர் நாளைக் காலையில் வீடு மாறப்போகிறார்கள்.

ஆனால், அவர்கள் வீட்டுக்குள் கட்டப்பட்ட பெட்டிகள், சுருட்டிய படுக்கைகள், மூட்டைகள் என்று எதையும் காணோம். அப்புறம் எப்படி வீடு மாறுவார்கள்?

கொஞ்சம் பொறுங்கள். நாளைக் காலை மர்மம் விலகும், உண்மை வெளிவரும்.

மறுநாள் காலை. அந்த வீட்டிலிருப்பவர்கள் எல்லாரும் வெளியில் வருகிறார்கள். அக்கம்பக்கத்தில் குடியிருப்பவர்களும் அவர்களுடன் இணைந்துகொள்கிறார்கள். எல்லாருமாகச் சேர்ந்து அவர்களுடைய வீட்டுக்குக் கீழே குறுக்கும் நெடுக்குமாகப் பல நீண்ட மூங்கில்களைப் பொருத்துகிறார்கள்.

அதன்பிறகு, அங்கிருப்பவர்கள் அனைவரும் அந்த வீட்டைச் சுற்றி நின்றுகொள்கிறார்கள். ஒரே நேரத்தில் எல்லாரும் அந்த மூங்கில் கட்டைகளைப் பிடித்துத் தூக்க, வீடு அலேக்காக மேலே எழுகிறது. அந்தக் காலத்தில் அரசியோ இளவரசியோ அமர்ந்த பல்லக்கைத் தூக்குவதுபோல் மக்கள் அப்படியே வீட்டைத் தூக்கிக்கொண்டு நடக்கிறார்கள். சிறிது தூரம் தள்ளி இன்னோரிடத்தில் அந்த வீட்டைப் பத்திரமாக

வைத்துவிடுகிறார்கள். அவ்வளவுதான், வீடு மாறியாகிவிட்டது.

'இது என்ன காமெடிக் கதையா?' என்று கேட்கவேண்டாம். உண்மையிலேயே இப்படி 'வீடு மாறுகிற' பழக்கம், அதாவது, வீட்டை ஓரிடத்திலிருந்து இன்னோரிடத்துக்குக் கொண்டுசெல்கிற பழக்கம் ஃபிலிப்பைன்ஸ் நாட்டில் இருந்திருக்கிறது. அவர்களுடைய வீடுகள் இயற்கையான பொருட்களால் தயாராகிறவை என்பதால், மக்கள் கூட்டமாகச் சேர்ந்தால் அவற்றை எளிதில் தூக்கிவிடலாம், வேறோரிடத்துக்குக் கொண்டுசென்றுவிடலாம்.

நமக்கு நகைச்சுவையாகத் தோன்றுகிற இந்த நிகழ்வுக்குப் பின்னால் ஓர் அரிய வாழ்க்கை உண்மை இருக்கிறது. அதை ஃபிலிப்பைன்ஸ் மக்கள் 'பயானிஹன்' என்று அழைக்கிறார்கள்.

ஃபிலிப்பினோ மொழியில் 'பயான்' என்றால் நாடு, ஊர் அல்லது சமூகம். 'பயானிஹன்' என்றால், சமூகத்தின் ஒரு பகுதியாக இருத்தல், நான் தனி, அவர் தனி என்று நினைக்காமல், ஒவ்வொருவரும் தனித்தனியாகச் செயல்படாமல், எல்லாரும் எல்லாருக்கும் உதவுதல், ஒன்றாக முன்னேறுதல். இந்த மனநிலை இருந்துவிட்டால், வீட்டைத் தூக்கி இன்னோரிடத்தில் வைப்பதும் சாத்தியம்தானே!

இந்த நிகழ்வில் நாம் கவனிக்கவேண்டிய விஷயம், 'நாங்கள் வீடு மாற்றுகிறோம், யாராவது எங்களுக்கு உதவுங்கள்' என்று அந்த வீட்டைச் சேர்ந்தவர்கள் கேட்கவில்லை. அவர்கள் வீடு மாற்றும் வேலையைத் தொடங்குகிறார்கள், உடனே சுற்றியிருப்பவர்கள் தானாக வந்து உதவுகிறார்கள்.

திருக்குறளில் 'கைம்மாறு வேண்டாக் கடப்பாடு' என்று ஓர் அழகான சிந்தனை வரும். அதாவது, நான் இந்த உதவியைச் செய்தால் பதிலுக்கு அவர் எனக்கு என்ன செய்வார் என்கிற சிந்தனை இல்லாமல் உதவுதல். அதைத்தான் இந்த ஃபிலிப்பைன்ஸ் மக்கள் செய்கிறார்கள். 'உங்கள் வீட்டை நாங்கள் மாற்றிக்கொடுக்கிறோம். பதிலுக்கு எங்களுக்குப்

பணம் கொடுங்கள்' என்றோ, 'நாளைக்கு எங்கள் வீட்டை மாற்றும்போது நீங்கள் வந்து உதவுங்கள்' என்றோ அவர்கள் கேட்பதில்லை. ஒருவருக்கு உதவி தேவைப்படுகிறது என்றவுடன் ஓடிச்சென்று இயல்பாக உதவுகிறார்கள்.

சில நேரங்களில், இப்படி வீட்டை மாற்றும் குடும்பம் தங்களுக்கு உதவிய எல்லாருக்கும் நன்றியுணர்வுடன் உணவளித்து மகிழ்வதுண்டு. ஆனால், அது அவர்களுடைய வேலைக்கான சம்பளம் இல்லை, சமூகத்துடன் ஒன்றியிருத்தலின் இன்னோர் அம்சம்தான்.

'பயானிஹன்' உணர்வை நாம் எல்லாரும் அன்றாட வாழ்க்கையில் அவ்வப்போது பார்த்திருக்கிறோம், பிறருக்கு ஓடிச்சென்று உதவியிருக்கிறோம், அல்லது அவர்களிடம் உதவி பெற்றிருக்கிறோம். அப்போதெல்லாம் யாரும் லாப, நஷ்டக் கணக்குப் பார்ப்பதில்லை. உதவவேண்டும் என்ற எண்ணம்தான் முன்னுக்கு வந்து நிற்கிறது, மனிதர்களைச் செலுத்துகிறது. இந்த உணர்வு நாம் ஒவ்வொருவரும் செய்கிற அனைத்திலும் வெளிப்பட்டால், அதுதான் 'பயானிஹன்' வாழ்க்கை.

ஃபிலிப்பைன்ஸில் எல்லாரும் நாள்தோறும் வீடு மாறுவதில்லை. அதே நேரம், ஒவ்வொருவருக்கும் வெவ்வேறு தேவைகள் உள்ளன, அவற்றை நிறைவுசெய்வதற்குப் பிறருடைய உதவி தேவைப்படுகிறது. அதை அவர்கள் கேட்பதற்குமுன்னால் பிறர் விரைந்துசென்று உதவுகிறார்கள்.

குறிப்பாக, பேரிடர்க் காலகட்டங்களில் இந்த மனநிலையை நாம் பரவலாகக் காணலாம். புயல், பூகம்பம் போன்றவற்றால் பாதிக்கப்பட்ட குடும்பங்களுக்குத் தேவையான உணவு, வசிப்பிடம், போர்வை, படுக்கையில் தொடங்கி, அவர்களுடைய வீடுகளைப் பழுதுபார்த்தல், வேலை அல்லது தொழிலுக்கு ஏற்பாடு செய்தல் என்று பலவிதங்களில் மக்கள் உடனே உதவுகிறார்கள்.

இப்படி உதவுகிறவர்களில் பலர், தாங்கள் யாருக்கு உதவுகிறோம் என்பதைக் கவனிப்பதுகூட இல்லை. 'என்

சமூகத்தில் இன்னொருவர் துயரத்தில் இருக்கிறார், அதை ஆற்ற நான் என்ன செய்யலாம்' என்பதுதான் அவர்களைத் தூண்டுகிறது. அவ்வாறு ஓர் உதவியைச் செய்தபின், 'நம்மால் இயன்றதைச் செய்தோம்' என்கிற மன நிறைவு அவர்களுடைய வாழ்க்கையைப் பொருளுள்ளதாக்குகிறது.

இந்த உதவும் மனப்பான்மையை நாம் துயரக் காலகட்டங்களுக்காக ஒதுக்கிவைக்கவேண்டியதில்லை. பேருந்தில் ஏறச் சிரமப்படுகிற முதியவருக்கு உதவுவதில் தொடங்கி, அலுவலகத்தில் புதிதாகச் சேர்ந்திருக்கிற ஒருவருக்கு வேண்டியவற்றைக் கற்றுத்தந்து அவருடைய முன்னேற்றத்தை உறுதிப்படுத்துவது, 'இந்தப் பாடம் புரியலையே' என்று திகைத்து நிற்கிற குழந்தைக்குப் பொறுமையாகச் சொல்லித்தருவது, வங்கிப் படிவத்தை நிரப்பத் தெரியாமல் தவிக்கிறவருக்கு வேண்டியதை எழுதித்தருவது, தெருவில் கிடக்கும் குப்பையைத் தூக்கிக் குப்பைத்தொட்டியில் போடுவது, ஊர்க்குளத்தை எல்லாரும் சேர்ந்து தூய்மைப்படுத்துவது, புதிதாகக் கடை தொடங்கியிருக்கிற ஒருவரைப்பற்றி நாலு பேரிடம் நல்லவிதமாகச் சொல்லி அவருக்கு வாடிக்கையாளர்களைச் சேர்த்துக்கொடுப்பது, வேலை தேடும் ஒருவருக்குச் சில நிறுவனங்களை அறிமுகப்படுத்துவது என்று 'பயானிஹன்' உணர்வைப் பயன்படுத்துவதற்கான சூழல் ஒவ்வொரு நாளும் இருக்கிறது.

'சரி, நான் பிறருக்கு உதவுகிறேன், பிறர் எனக்கு என்ன செய்வார்கள்?' என்று கேட்டீர்களானால், நீங்கள் 'பயானிஹனை' முழுமையாகப் புரிந்துகொள்ளவில்லை என்று பொருள். பிறர் என்ன செய்வார்கள் என்று எதிர்பார்க்காமல் அவர்களுக்கு உதவி தேவைப்படுகிறது என்று அறிந்தவுடன் கைநீட்டுவதுதான் உண்மையான பயானிஹன் உணர்வு. அதைச் செய்யும்போது உங்கள் மனத்துக்குக் கிடைக்கும் நிறைவுதான் அதன் பலன். ஒவ்வொருவரும் இப்படிச் சிந்திக்கும்போது, ஒருவரோடொருவர் ஒத்துழைத்து, ஒருவருக்கொருவர் உதவிக்கொண்டு முன்னேறும்போது, ஒட்டுமொத்தச் சமூகமும் பலன் பெறுகிறது, மகிழ்ச்சியும் மலர்கிறது.

10. ஆழமும் அகலமும்

ஒரு கிரிக்கெட் அணியில் 11 வீரர்கள் உள்ளார்கள். அனைவரும் ஒரேமாதிரியான வண்ணத்தில் சீருடை அணிந்துள்ளார்கள், அணிக்காக ஒரேமாதிரியான முனைப்புடன் விளையாடுகிறார்கள். ஆனால், அவர்கள் எல்லாரும் ஒரேமாதிரியான திறமைகளோடுதான் இருக்கிறார்களா?

எடுத்துக்காட்டாக, அந்த அணியில் சிலர் மட்டைவீச்சில் மிகுந்த திறமையுடன் இருக்கிறார்கள், இன்னும் சிலர் பந்துவீச்சில் கலக்குகிறார்கள், ஓரிருவர் விக்கெட் கீப்பிங் எனப்படும் சிறப்புத் திறமையைப் பெற்றிருக்கிறார்கள், ஒரே நேரத்தில் ஒன்றுக்கு மேற்பட்ட திறமைகளுடன் அசத்துகிறவர்களும் உண்டு.

விளையாட்டைப்போலவே வாழ்க்கையிலும் அதாவது, பள்ளி, கல்லூரி, வீடு, அலுவலகம், தொழிற்சாலை, அரசியல், ஆட்சியமைப்பு என்று நாம் பார்க்கிற எல்லா இடங்களிலும் இதேபோன்ற கலவையைப் பார்க்கலாம்: சிலர் ஒரு குறிப்பிட்ட திறமையில் சிறந்து விளங்குவார்கள், வேறு சிலர் ஒன்றுக்கு மேற்பட்ட திறமைகளை வெளிப்படுத்துவார்கள்.

எடுத்துக்காட்டாக, திரைத்துறையில் கமல்ஹாசன் நடிப்பு, திரைக்கதை, வசனம் எழுதுதல், பாடுதல், இயக்குதல் என்று பல திறமைகளுடன் செயல்படுகிறார். மாறாக, ரஜினிகாந்த் 'எனக்கு நடிப்புமட்டும் போதும்' என்று அதில்மட்டும் முழுக் கவனம் செலுத்துகிறார். இதில் ஒருவர் உயர்வு, இன்னொருவர் தாழ்வு என்றில்லை, ஒவ்வொருவருடைய சூழ்நிலையைப் பொறுத்து இந்தக் கலவை மாறுபடும்.

மக்களிடையே பொதுவாகக் காணப்படுகிற இந்த வேறுபாட்டை உணர்த்துவதற்கு வல்லுனர்கள் மூன்று குறியீடுகளைப் பயன்படுத்துகிறார்கள்: *"I"*, *"-"*, *"T"*.

இந்த மூன்று குறியீடுகளுக்கும் என்ன பொருள் என்பதைப் பார்க்குமுன், இந்த எழுத்துகளைக் கூர்ந்து கவனியுங்கள், அவற்றின் வடிவத்தை மனத்தில் பதித்துக்கொள்ளுங்கள், அப்போதுதான் அவற்றுக்கான விளக்கம் எளிதில் புரியும்.

முதலில், *"I"*. இந்த ஆங்கில எழுத்து நிமிர்ந்து நிற்கும் ஒரு நேர்கோட்டின் வடிவத்தில் உள்ளது. நீங்கள் இதை ஒரு குச்சியைப்போல் கற்பனை செய்யலாம், அது நன்கு உயரமாக, ஆழமாகச் செல்வதாக எண்ணிக்கொள்ளலாம்.

இந்த வகையைச் சேர்ந்த மக்கள், தாங்கள் தேர்ந்தெடுத்த துறையில் நன்கு ஆழமாகச் செல்வார்கள். அதை மிகச் சிறப்பாகவும் தெளிவாகவும் புரிந்துகொள்வார்கள். தொடர்ந்து பயிற்சிகளை எடுத்து, அனுபவத்தைச் சேர்த்துக்கொண்டு, 'இதுல ஏதாச்சும் பிரச்சனைன்னா இவரைக் கூப்பிடலாம்' என்கிற அளவுக்குப் பெயர் வாங்கிவிடுவார்கள்.

ஆங்கிலத்தில் இவ்வகை மக்களை *"Expert"* அல்லது *"Specialist"*, அதாவது, சிறப்பு வல்லுனர் என்று அழைக்கிறார்கள். அதன் பொருள், ஒரு குறிப்பிட்ட விஷயத்தில் மிகச் சிறப்பாகச் செயல்படவல்லவர் என்பதுதான். மற்ற விஷயங்களில் அவர்களுக்கு அதிகத் திறமை இல்லாமலிருக்கலாம், அதைப்பற்றி நாம் கவலைப்படப்போவதில்லை, ஏனெனில், இந்த ஒரு

விஷயத்தில் அவர்கள் காட்டும் திறமையே நமக்குப் போதும்.

எடுத்துக்காட்டாக, சுனில் கவாஸ்கர் என்றவுடன் அவருடைய மட்டைவீச்சுத் திறமைதான் நம் நினைவுக்கு வருகிறது. அவர் பேட்டிங் எக்ஸ்பர்ட். அவருக்குப் பந்து வீசத் தெரியுமா, விக்கெட் காப்பாளராகச் செயல்படுவாரா, தாவிக் குதித்துப் பந்துகளைத் தடுப்பாரா என்றெல்லாம் நாம் கேட்பதில்லை. ஏனெனில், அவருடைய பேட்டிங்கே அணிக்கு மிகச் சிறந்த பங்களிப்பு.

அடுத்த வகை, "-". ஆங்கிலத்தில் "Dash" என்று அழைக்கப்படும் இந்தக் குறியீடு, ஒரு படுக்கைவசமான கோடு. அதாவது, முதல் வகையை 90 டிகிரி திருப்பிப்போட்டால் இந்தக் குறியீடு வந்துவிடும். நீங்கள் முன்பு கற்பனை செய்த அதே குச்சியை இப்போது படுக்கைவசமாகப் பிடித்துக்கொள்ளுங்கள்.

இந்த வகையைச் சேர்ந்த மக்கள் இடமும் வலமுமாக நெடுந்தொலைவு செல்வார்கள், ஆனால், ஆழம் இருக்காது. ஆங்கிலத்தில் இவர்களை "Generalists" என்கிறார்கள். அதாவது, பொதுவாகப் பல விஷயங்களை அறிந்த திறமையாளர்கள்.

எடுத்துக்காட்டாக, சில பள்ளிகளில் ஒரே ஆசிரியர் கணக்கு, அறிவியல், வரலாறு என்று பல பாடங்களை நடத்துவதைப் பார்க்கிறோம். அவர் ஒவ்வொன்றிலும் ஆழமாகப் பல விஷயங்களை அறிந்திருக்கமாட்டார். ஆனால், அனைத்திலும் கொஞ்சம் கொஞ்சம் தெரிந்துவைத்திருப்பார். அதைக் கொண்டு தன் பணியைச் சிறப்பாகச் செய்வார்.

மேலோட்டமாகப் பார்க்கும்போது, "-" வகை மனிதர்கள், "I" வகை மனிதர்களைவிட இழிவானவர்கள் என்று தோன்றலாம். ஆனால், அது உண்மை இல்லை. இந்த உலகுக்கு ஒரு விஷயத்தில் ஆழமாகச் செல்லக்கூடியவர்களும் தேவை, அகலமாகப் பரந்து சென்று பல விஷயங்களைத் தெரிந்துகொள்ளக்கூடியவர்களும் தேவை.

இப்போது, மூன்றாம் வகைக்கு வருவோம். "*T*" என்ற இந்த ஆங்கில எழுத்தில் கொஞ்சம் "*I*"ம் உள்ளது, கொஞ்சம் "-"ம் உள்ளது. இதை நீங்கள் ஒரு குடையைப்போல் கற்பனை செய்யலாம். குடையின் துணிப்பகுதி அகன்று செல்கிறது, அதன் காம்புப் பகுதி ஆழமாகச் செல்கிறது. அதைப்போல, இந்த வகை மனிதர்கள் ஏதேனும் ஒரு துறையில் ஆழமாகச் சென்று வல்லுனராவார்கள், அதே நேரம், மற்ற விஷயங்களையும் ஓரளவு தெரிந்துவைத்திருப்பார்கள்.

எடுத்துக்காட்டாக, ஓர் உணவகத்தில் வடக்கிந்திய உணவுவகைகளுக்கென்று ஒரு சிறப்புச் சமையற்கலைஞரை நியமித்திருக்கிறார்கள். ஆனால், அவருக்குத் தெற்கிந்திய, சீன உணவுவகைகளையும் சமைக்கத்தெரியும். அவருடைய வடக்கிந்திய உணவுகளில் இருக்கும் அதே சுவையும் சிறப்பும் இந்தத் தெற்கிந்திய, சீன உணவுகளில் இருக்காது. ஆனால், அவர் தன்னை "*I*" வடிவில் வைக்காமல், "*T*" வடிவுக்கு மாற்றிக்கொண்டிருக்கிறார்.

இவ்வகை மனிதர்களை ஆங்கிலத்தில் "*Generalizing Specialist*" என்கிறார்கள். அதாவது, பொதுவாகப் பல விஷயங்களைத் தெரிந்துவைத்திருந்தாலும், ஒரு விஷயத்தில் ஆழமாகச் சென்று சிறப்புத் திறனைப் பெற்றிருக்கிறவர், முதல் இரு வகைகளின் நன்மைகளும் ஒன்றாகச் சேர்ந்த மனிதர்.

நீங்கள் எந்தத் துறையைச் சேர்ந்தவராக இருந்தாலும் சரி, இந்த மூன்று வகைகளில் எந்த வகையில் இருக்கிறீர்கள் என்று யோசிக்கலாம். ஆழமாகச் செல்கிறவர்கள் அகலத்தை மேம்படுத்துவதுபற்றியும், அகலமாகச் செல்கிறவர்கள் ஆழத்தை மேம்படுத்துவதுபற்றியும் சிந்திக்கலாம்.

ஏனெனில், இன்றைய உலகில் புதுப்புதுத் தலைப்புகள், திறமைகள், தேவைகள் வந்துகொண்டே இருக்கின்றன. ஆகவே, 'நான் ஒன்றில்தான் ஆழமாகச் செல்வேன், மற்றவற்றைப் பொருட்படுத்தமாட்டேன்' என்று பிடிவாதம் பிடித்தாலும் பிரச்சனை, 'அனைத்தையும் கொஞ்சம் கொஞ்சம்

தெரிந்துகொள்வேன், எதிலும் ஆழமாகச் செல்லமாட்டேன்' என்று மேலோட்டமாக நின்றுவிட்டாலும் பிரச்சனை. இந்த இரண்டையும் சரியாகச் சமநிலைப்படுத்தத் தெரிந்தவர்களை நிறுவனங்களும் உலகமும் விரும்பும், சரியான வாய்ப்புகள் அவர்களைத் தேடி வரும்.

11. பிறர் வெற்றி, நம் மகிழ்ச்சி

சாலையில் நடந்துசெல்கிற ஒருவர் வாழைப்பழத்தோலை மிதித்துவிடுகிறார், சரேலென்று வழுக்கிக் கீழே விழுகிறார்.

இதைப் பார்த்ததும், பக்கத்தில் நிற்கிற ஒருவர் சட்டென்று சிரித்துவிடுகிறார். பிறகு, ஓடிச்சென்று அவருக்கு உதவுகிறார்.

இப்போது, இந்தக் காட்சியைச் சற்று நுணுக்கமாக ஆராய்வோம். ஒருவர் வாழைப்பழத்தோலில் வழுக்கி விழுந்ததும் இன்னொருவர் ஏன் சிரிக்கிறார்? ஒருவருக்கு வலியை உண்டாக்கும் விஷயம் இன்னொருவருக்குச் சிரிப்பை உண்டாக்குகிறதே இது ஏன்?

இயல்பில் மனிதர்கள் எல்லாரும் தங்களை மையமாகக் கொண்டு சிந்திக்கிறவர்கள். அதாவது, தனக்கு நல்லது நடக்கவேண்டும், கெட்டது நடக்கக்கூடாது என்பதுதான் நம் அனைவருடைய எதிர்பார்ப்பு. இங்கு 'தனக்கு' என்பதைத் தன் வீட்டாருக்கு, தன் குடும்பத்தாருக்கு, தன் நண்பர்களுக்கு என்று கொஞ்சம் நீட்டிக்கலாம். ஆனால், இந்த வட்டம் ஓரளவுக்குமேல் பெரிதாக விரிவதில்லை.

இதனால், இந்த வட்டத்துக்கு வெளியில் உள்ள ஒருவருக்கு ஏதாவது கெடுதல் நடந்தால், நம்மிடம் அது பெரிய

பாதிப்பை உண்டாக்குவதில்லை. அந்தச் சூழ்நிலையில் நாம் மூன்றுவிதமான எதிர்வினைகளை ஆற்றலாம்:

1. அவருக்கு என்ன நடந்தால் என்ன என்று சும்மா இருக்கலாம்.

2. ஓடிச்சென்று அவருக்கு உதவலாம்.

3. அவருடைய துன்பத்தைக் கண்டு மகிழலாம்.

வாழைப்பழத்தோலில் ஒருவர் வழுக்கி விழும்போது அந்த மூன்றாவது எதிர்வினைதான் நமக்குச் சட்டென்று வருகிறது. அதாவது, அவர் வழுக்கி விழுந்த காட்சி நமக்கு நகைச்சுவையாக இருக்கிறது. ஆகவே, சிரிக்கிறோம்.

மறுவிநாடி, நமக்குள் இருக்கிற மனிதத்தன்மை உயிர்த்தெழுகிறது. 'அடடா, ஒருவர் விழுந்துவிட்டார், அவருக்கு உதவாமல் சிரித்துக்கொண்டிருக்கிறோமே' என்று நம் மனமே நம்மைக் கண்டிக்கிறது. ஆகவே, அவருக்கு உதவ முனைகிறோம், அவருடைய துன்பத்தைக் குறைக்க நம்மால் ஆனதைச் செய்கிறோம்.

ஆனால், மிகச் சிலர், இந்த மூன்றாவது வகையில் வெகுவாகச் சிக்கிவிடுகிறார்கள். ஏனோ, அவர்களுக்குப் பிறருடைய துன்பம் மிகுந்த மகிழ்ச்சியைத் தருகிறது. குறிப்பாக, அந்தப் பிறர் இவர்களுடைய போட்டியாளர்களாகவோ, இவர்களுக்குப் பிடிக்காதவர்களாகவோ இருந்தால், 'அவனுக்கு நல்லா வேணும்' என்று உள்ளுக்குள் சொல்லிக்கொள்கிறார்கள்.

எடுத்துக்காட்டாக, ஒருவருக்கு வேலை போய்விட்டது என்றால், சுற்றியிருக்கிற சிலர் அவருக்கு உதவ முனைவார்கள், இன்னொரு வேலை வாங்கித்தர முயல்வார்கள், 'நீ அவரைப் போய்ப் பாரு, இங்கே விண்ணப்பம் போடு' என்று வழிகளைச் சொல்வார்கள். வேறு சிலர், 'பெரிய கம்பெனியில வேலை பார்க்கறோம்ன்னு என்ன திமிரா நடந்துகிட்டான், இப்ப அனுபவிக்கட்டும்' என்று மனத்துக்குள் நினைப்பார்கள்.

இங்கு அந்த நபர் திமிராக நடந்துகொண்டாரா, இல்லையா என்பது முக்கியமில்லை. இப்போது அவர் துன்பப்படுகிறார் என்பது தெரிந்தும் இன்னொருவருடைய மனம் மகிழ்கிறது என்றால், அது ஒரு மோசமான மனநிலைதான். உதவாவிட்டாலும் சும்மா இருக்கலாம், ஏன் மகிழவேண்டும்?

ஜெர்மன் மொழியில் இப்படிப் பிறருடைய துன்பத்தில் இன்பம் காண்கிறவர்களைக் குறிப்பிடுவதற்கு ஒரு சொல் இருக்கிறது: *Schadenfreude*. இது ஒரு மிருகத்தனமான குணம், இன்னொருவருடைய துன்பம், வருத்தம், வலி, நஷ்டத்தைக் கண்டு மகிழ்கிற தன்மை.

*Schadenfreude*க்கு எதிர்ச்சொல் ஒன்றும் உண்டு: *Mitfreude*. அதாவது, பிறருடைய மகிழ்ச்சி, வெற்றி, முன்னேற்றம், வளர்ச்சி, வளத்தைக் கண்டு மகிழ்கிற தன்மை.

பல நாட்களுக்குப் பின் பள்ளி நண்பர் ஒருவரைச் சந்திக்கிறோம், 'எப்படி இருக்கே? எங்கே வேலை பார்க்கிறே? கல்யாணம் ஆகிடுச்சா? குழந்தைங்க உண்டா? அப்பா, அம்மா நல்லா இருக்காங்களா?' என்று விசாரிக்கிறோம். அவரும் அந்தக் கேள்விகளுக்கு விரிவாகப் பதில் சொல்கிறார். அவர் ஒரு மகிழ்ச்சியான வாழ்க்கையை வாழ்வது நமக்குப் புரிகிறது. உடனே நம் மனத்தில் ஒரு நிறைவு பரவுகிறது, 'நம்ம நண்பர் நல்லா இருக்கார்' என்று மகிழ்கிறோம், நாமே அதைச் சாதித்துவிட்டதுபோல் தோன்றுகிறது.

இப்போது, முன்பு நாம் பார்த்த அந்த வட்டத்தை நினைவுபடுத்திக்கொள்ளுங்கள். இந்தப் பள்ளி நண்பர் நம்முடைய வட்டத்துக்குள் இருக்கிறார். ஒருவேளை, அந்த வட்டத்தைத் தாண்டியிருக்கிற ஒருவர் இதேபோல் வெற்றியடைந்தார் என்றால், அதைக் கேட்டு நம் மனம் மகிழுமா? அப்படி மகிழ்ந்தால், அதுதான் *Mitfreude*.

முக்கியமாக, அப்படி வெற்றியடைகிற ஒருவர் நம்முடைய போட்டியாளராக இருந்தால், அவருடைய வெற்றியை நம்முடைய தோல்வியாக நினைக்கவேண்டியதில்லை. எந்தப்

போட்டியும் ஆரோக்கியமானதாக இருக்கவேண்டும், 'அடடா, நாம் வென்றிருக்கலாமே' என்று நினைப்பது வேறு, 'அடடா, இவர் வென்றுவிட்டாரே' என்று பொறாமைப்படுவது வேறு. முதலில், வென்றவரை மகிழ்ச்சியோடு வாழ்த்தும் மனம் வேண்டும், அதன்பிறகு, அதே நிலையை நாம் எட்டுவதற்கு என்ன செய்யலாம் என்பதை நிதானமாக யோசிக்கவேண்டும். இதன்மூலம் நம் மனத்தில் எதிர்மறை எண்ணங்கள் ஆக்கிரமிக்காமல் இருக்கும்.

நம்மைச் சுற்றியிருக்கும் பிறருடைய வளர்ச்சிக்கு, வெற்றிக்கு உதவுவதும் இதேபோன்ற மனநிலைதான். எடுத்துக்காட்டாக, ஓய்வு நேரத்தில் ஏழைக் குழந்தைகளுக்குப் பாடம் நடத்தி அவர்களை நல்ல மதிப்பெண் எடுக்கச் செய்கிறவர்கள், நலிந்த பின்னணி கொண்டவர்களுக்குத் தங்களுடைய நிறுவனத்தில் வேலை கொடுத்து ஆதரிக்கிறவர்கள், அடுத்து என்ன என்று தெரியாமல் குழப்பத்தில் இருக்கிறவர்களிடம் பேசி, ஆலோசனைகளைக் கூறி வழிநடத்துகிறவர்கள் என்று பலரைக் குறிப்பிடலாம்.

Mitfreudeஆல் என்ன நன்மை?

ஒட்டுமொத்த உலகமும் மகிழ்ச்சியைத் தேடித்தான் ஓடிக்கொண்டிருக்கிறது. இந்நிலையில் நாம் பிறருடைய வெற்றியைக் கண்டு மகிழத் தொடங்கினால், நாள்தோறும் நமக்கு மிகுதியான மகிழ்ச்சி கிடைத்துக்கொண்டே இருக்கும். குழாயைத் திறந்தால் தண்ணீர் கொட்டுவதுபோல் நம்மைச் சுற்றியிருக்கிற ஒவ்வொருவரும் பெறுகிற சிறிய, பெரிய முன்னேற்றங்களெல்லாம் நம்மை மகிழ்ச்சியாக வைத்திருக்கும். இதனால் நம் மனமும் உடலும் நன்மை பெறும்.

அடுத்து, இந்த மகிழ்ச்சி மனநிலையால் நம்மைச் சுற்றியிருப்பவர்கள் நம்மை நேர்விதமான மனிதர் என்று நினைப்பார்கள். அதன்மூலம் நம் உறவுகள் வலுவாகும், தேவையான நேரங்களில் பிறர் விருப்பத்துடன் நமக்குக் கைகொடுத்து உதவுவார்கள்.

இதனால், பிறர் வெற்றியைக் கண்டு பொறாமைப்படுவது, தோல்வியைக் கண்டு மகிழ்வது, வெற்றியோ, தோல்வியோ, கண்டுகொள்ளாமல் இருப்பது ஆகிய மற்ற அனைத்து வாய்ப்புகளையும்விட, பிறர் வெல்கிறார்கள் என்றெண்ணி மகிழ்வது மிக உயர்ந்த குணமாகிறது. நம்மையும் பிறரையும் உலகையும் இன்னும் சிறப்பாக்குகிறது.

12. ரிங்கெல்மன் தாக்கம்

ஒரு கிராமத்தில் பல ஏழைகள் இருந்தார்கள். அவர்களுக்கு உதவுவதற்காக, மற்ற குடும்பங்கள் எல்லாரும் ஆளுக்கு ஒரு படி அரிசி வழங்கவேண்டும் என்று தீர்மானிக்கப்பட்டது.

அதாவது, வாரந்தோறும் அந்தக் கிராமத்தின் நடுவில் ஒரு பெரிய பாத்திரம் வைக்கப்படும். நடுத்தர, பணக்காரக் குடும்பங்களைச் சேர்ந்தவர்கள் அந்தப் பாத்திரத்தில் ஆளுக்கு ஒரு படி அரிசியைப் போடவேண்டும். அதன்பிறகு, அந்தப் பாத்திரத்தில் சேர்ந்துள்ள அரிசி முழுவதும் ஏழைகளுக்குப் பகிர்ந்து அளிக்கப்படும்.

முதல் வாரம், மக்களெல்லாம் வரிசையில் வந்து பாத்திரத்தில் அரிசியைப் போட்டார்கள். இதனால், வறுமையில் இருந்த ஏழைகள் மிகவும் மகிழ்ந்தார்கள்.

அடுத்தடுத்த வாரங்களில் இதேபோல் அவர்களுக்கு அரிசி கிடைத்தது. ஆனால், அந்த அரிசியின் தரம் குறைந்துகொண்டே போனது. ஒருகட்டத்தில் மிக மோசமான அரிசிதான் அந்த ஏழைகளுக்கு வழங்கப்பட்டது.

இந்த மாற்றத்துக்கு என்ன காரணம்?

தொடக்கத்தில் எல்லா மக்களும் தங்களிடமிருந்து நல்ல அரிசியைத்தான் ஏழைகளுக்குக் கொடுத்துக்கொண்டிருந்தார்கள். ஆனால், வாரங்கள் செல்லச் செல்ல, 'மக்கள் எல்லாரும் ஒரே பாத்திரத்தில்தானே அரிசியைப் போடுகிறோம்? நாம் மட்டும் கொஞ்சம் மோசமான அரிசியைப் போட்டால் யாருக்குத் தெரியப்போகிறது?' என்று சிலர் நினைத்துவிட்டார்கள். பின்னர் இந்த எண்ணம் பலரிடமும் பரவிவிட்டது. ஆகவே, ஒட்டுமொத்த அரிசியின் தரம் குறைந்துவிட்டது.

மேக்ஸ் ரிங்கெல்மன் என்ற ஃபிரெஞ்சு வேளாண்மை வல்லுனர் வயலில் வேலை எப்படி நடக்கிறது என்பதுபற்றி ஆராய்ந்துகொண்டிருந்தார். விலங்குகளும் மனிதர்களும் தனித்தனியாக வேலை செய்யும்போதும், மற்ற விலங்குகள், மனிதர்களோடு சேர்ந்து வேலை செய்யும்போதும் அவர்களுடைய திறமையில் ஏதேனும் வேறுபாடு உள்ளதா என்பதைக் கவனித்தார். இந்த ஆராய்ச்சியில் ஒரு வியப்பூட்டும் உண்மை தெரியவந்தது.

இதற்காக ரிங்கெல்மன் ஓர் அழுத்தமானியை அமைத்தார், அதில் ஒரு கயிற்றைக் கட்டினார், அந்தக் கயிற்றை இழுக்கும்படி ஒருவரைக் கேட்டுக்கொண்டார், அவர் எவ்வளவு வலுவோடு கயிற்றை இழுக்கிறார் என்று அழுத்தமானியைப் பார்த்துக் குறித்துக்கொண்டார்: 85.3கிலோ.

இப்போது, அதே கயிற்றை ஆறு பேரைச் சேர்ந்து இழுக்கச் சொன்னார் ரிங்கெல்மன், அந்த அழுத்தத்தையும் குறித்துக்கொண்டார்: 390கிலோ.

85.3கிலோவோடு ஒப்பிடும்போது 390கிலோ என்பது மிகப் பெரிய எண்தான். ஆனால், அந்த 390ஐ 6ஆல் வகுக்கும்போது நமக்குக் கிடைப்பது வெறும் 65கிலோ.

ஆக, தனியாக இழுக்கும்போது 85.3கிலோ இழுத்த மனிதர்கள், குழுவாகச் சேரும்போது வெறும் 65கிலோதான் இழுக்கிறார்கள். அவர்களுடைய இழுக்கும் திறன் கிட்டத்தட்ட 24% குறைந்துவிடுகிறது.

இந்த உண்மையைக் கவனித்த ரிங்கெல்மன் திகைத்துப்போனார். இதே கோணத்தில் இன்னும் பல ஆய்வுகளைச் செய்தார். அவை அனைத்தும் அதே உண்மையைத் திரும்பத் திரும்ப உறுதிப்படுத்தின: ஆட்களின் எண்ணிக்கை மிகுதியாக ஆக, அவர்கள் இழுக்கும் அளவு குறைகிறது. எந்த அளவுக்கு ஆட்களைச் சேர்க்கிறோமோ, அந்த அளவுக்கு அவர்கள் தங்கள் இழுக்கும் திறமையைக் குறைத்துக்கொள்கிறார்கள்.

தொடக்கத்தில் நாம் பார்த்த கிராமத்து எடுத்துக்காட்டில், ஒருவேளை ஒரே ஒரு குடும்பம் ஏழைகளுக்கு உதவுகிறது என்றால், அவர்கள் நல்ல தரமான அரிசியைத் தொடர்ந்து வழங்கியிருப்பார்கள். குடும்பங்களின் எண்ணிக்கை மிகுதியானதால், ‘நாம் கொஞ்சம் தரக்குறைவான அரிசியைத் தந்தால் யாருக்கும் தெரியாது’ என்கிற துணிச்சலில் மக்கள் அரிசியின் தரத்தைக் குறைத்துவிட்டார்கள். அதுபோல, ரிங்கெல்மனின் ஆய்வில் பங்கேற்ற மக்கள் தனியாக இழுக்கும்போது தங்கள் உண்மை வலிமையைக் காண்பித்தார்கள், குழுவோடு சேரும்போது ஓரளவுக்குதான் இழுத்தார்கள், முழு வலிமையை வெளிப்படுத்தவில்லை.

ஒரு விவசாய வல்லுனரால் கண்டுபிடிக்கப்பட்ட இந்த உண்மை, இன்றைக்கு ஒரு மிகப் பெரிய உளவியல் கருத்தாகப் பயிலப்படுகிறது. அதற்கு ‘ரிங்கெல்மன் தாக்கம்’ என்று பெயர் சூட்டியிருக்கிறார்கள்.

அதென்ன ரிங்கெல்மன் தாக்கம்?

ஒரு குழுவின் எண்ணிக்கை மிகுதியாக ஆக, அதிலுள்ள உறுப்பினர்களுடைய செயல்திறன் குறைகிறது. இதனால், நமக்குக் கிடைக்கவேண்டிய ஒட்டுமொத்தப் பலன் முழுமையாகக் கிடைப்பதில்லை.

எடுத்துக்காட்டாக, ஒரு பெரிய தொழிலதிபர், அவருக்கு ஓர் உதவியாளர். இந்த உதவியாளர் அந்தத் தொழிலதிபருக்கு வேண்டியவற்றையெல்லாம் சரியாகக் கவனித்துச் சிறப்பாகப்

பணியாற்றுகிறார், அதன்மூலம் அந்தத் தொழிலதிபருடைய நேரத்தை நன்கு கையாள்கிறார்.

சில ஆண்டுகளில், அந்தத் தொழிலதிபருடைய வேலைகள் மிகவும் மிகுதியாகிவிடுகின்றன. ஆகவே, அவருக்கு ஒரே ஓர் உதவியாளர் போதவில்லை, மேலும் இரண்டு உதவியாளர்களை வேலைக்குச் சேர்க்கிறார்.

இப்போது, அந்த மூன்று உதவியாளர்களும் சேர்ந்து அந்தத் தொழிலதிபருடைய தேவைகளைக் கவனித்துக்கொள்கிறார்கள். ஆனால், அவர்களுடைய தனிப்பட்ட சராசரி செயல்திறனைக் கணக்கிட்டுப் பார்த்தால், முன்பு அந்த ஒரே ஓர் உதவியாளர் வெளிப்படுத்திய செயல்திறனைவிடக் குறைவாகத்தான் இருக்கும். அதுதான் ரிங்கெல்மன் தாக்கம்.

இது ஏன் நடக்கிறது? தனியாகச் செயல்படும்போது மிகுந்த திறமையைக் காண்பிக்கிற ஒருவர் குழுவில் சேரும்போது அதைக் குறைத்துக்கொள்ள என்ன காரணம்?

தனியாகச் செயல்படும்போது, அந்த வேலையின் வெற்றி, தோல்விக்கு நாம்தான் முழுப் பொறுப்பு என்கிற உணர்வு இருக்கும். ஆகவே, முழுமையான பங்கேற்புடன் உழைப்போம்.

ஆனால், குழுவாகச் சேரும்போது, குறிப்பாகக் குழுவில் பெரும் எண்ணிக்கையிலானோர் இருக்கும்போது, வெற்றி, தோல்வி பொதுவாகிவிடுகிறது. அவர்களுக்கு நடுவில் நாம் அந்த அளவு முழுமையான பங்கேற்பை அளிக்கவேண்டியதில்லை என்று தோன்றுகிறது. 'நான் அசத்தினாலோ சொதப்பினாலோ யாரும் கண்டுகொள்ளப்போவதில்லை' என்ற எண்ணம் வருகிறது. அதனால், சராசரி செயல்திறன் குறைந்துவிடுகிறது.

ரிங்கெல்மன் தாக்கம் என ஒன்று இருப்பதை அறியாதவர்கள் இந்தத் தவறைச் செய்யலாம். அறிந்தபின் நாமும் அதைச் செய்வது சரியாகாது. ஆகவே, தனியாகப் பணியாற்றினாலும் சரி, குழுவாகப் பணியாற்றினாலும் சரி, நம் முழு உழைப்பை, திறமையை அளிப்போம்.

அதேபோல், நாம் அலுவலகத்திலோ வேறு இடத்திலோ ஒரு குழுவை அமைக்கும்போது, அதில் ரிங்கெல்மன் தாக்கம் இருக்கிறதா என்று கூர்ந்து கவனிக்கவேண்டும். சும்மா கயிற்றை இழுப்பதுபோல் பாவ்லா காட்டுகிறவர்களைப் பிரித்தெடுத்துப் பேசவேண்டும். அவர்கள் ஊக்கத்துடன் செயல்படுவதற்கு என்ன செய்யலாம் என்று சிந்திக்கவேண்டும். குழு மேலும் மேலும் பெரிதாகும்போது, இந்தக் கவனமும் அக்கறையும் இன்னும் மிகுதியாகவேண்டும்.

13. எதிர்மறை எறும்பு

சந்திரனுடைய அலுவலகத்தில் ஒரு புதிய குழுவை அமைக்கிறார்கள். அதற்கு ஏற்ற திறமையான பொறியாளர்கள், மேலாளர்களைத் தேடுகிறார்கள்.

அப்போது, யாரோ ஒருவர் சொல்கிறார், 'நம்ம சந்திரன் நல்ல திறமைசாலியாச்சே, அவரை இந்தக் குழுவுல சேர்க்கலாமே?'

'நல்ல யோசனைதான்' என்கிறார் இன்னொருவர். 'இதைப்பத்தி நான் சந்திரன்கிட்ட பேசறேன். அவருக்கு ஆர்வம் இருந்தா சேர்த்துக்கலாம்.'

மறுநாள், அவர் சந்திரனுடைய மேசைக்கு வருகிறார், 'உங்ககிட்ட ஒரு முக்கியமான விஷயம் பேசணும்' என்று தனியறைக்கு அழைத்துவருகிறார். புதிய குழுவைப்பற்றி விளக்கிச் சொல்லி, 'இது ஒரு பிரமாதமான வாய்ப்பு. உங்க திறமைக்கு ஏற்ற வேலை. உள்ளே வந்தீங்கன்னா படபடன்னு முன்னேறலாம்' என்கிறார்.

சந்திரன் உடனே பதில் சொல்லவில்லை. 'யோசிச்சுச் சொல்றேன் சார்' என்கிறார்.

மறுநாள், அவர் மீண்டும் சந்திரனுடைய மேசைக்கு வருகிறார். 'என்னாச்சு சந்திரன்? நான் சொன்னதைப்பத்தி யோசிச்சீங்களா? புதிய குழுவுல சேர்றதுக்கு உங்களுக்குச் சம்மதமா?' என்று கேட்கிறார்.

'யோசிச்சேன் சார்' என்கிறார் சந்திரன். 'ஆனா, எனக்கு இந்தக் குழுவுல சேர விருப்பம் இல்லை. நான் இப்ப செய்யற வேலையையே தொடர்ந்து செய்யத்தான் விரும்பறேன். தப்பா நினைச்சுக்காதீங்க.'

வந்தவருக்கு ஏமாற்றம்தான். ஆனால், அதைத் தனக்குள் வைத்துக்கொண்டு, 'பரவாயில்லை சந்திரன்' என்கிறார். 'நாங்க வேற ஆளுங்களைத் தேடறோம். நீங்க உங்க வேலையைக் கவனிங்க.'

ஆறு மாதங்கள் ஓடுகின்றன. புதிய குழு பெரிய அளவில் முன்னேறுகிறது, சந்தையில் அதற்குமுன் இல்லாத ஒரு தயாரிப்பை அறிமுகப்படுத்தி வெற்றியடைகிறது, அந்தக் குழு இன்னும் விரிவடைகிறது, அதில் இடம்பெற்றவர்களுக்கெல்லாம் பதவி உயர்வுகள், சம்பள உயர்வுகள், வெளிநாட்டுப் பயண வாய்ப்புகளெல்லாம் அமைகின்றன. இதையெல்லாம் சந்திரன் ஏமாற்றத்துடன் பார்க்கிறார்.

ஏன் ஏமாற்றத்துடன் பார்க்கவேண்டும்? முன்பு இந்தக் குழுவில் சேரும் வாய்ப்பு அவரைத் தேடி வந்தபோது, நன்கு யோசித்தபிறகுதானே அவர் அதை மறுத்தார்?

உண்மைதான். ஆனால், ஏன் மறுத்தார் என்பதை இன்னும் கூர்ந்து கவனிக்கவேண்டும். அப்போதுதான் இப்போதைய அவருடைய ஏமாற்றத்துக்கான காரணம் புரியும்.

ஆறு மாதத்துக்கு முன்பு, 'இந்தக் குழுவில் சேர உங்களுக்கு விருப்பம் உண்டா?' என்ற கேள்வி சந்திரனிடம் கேட்கப்பட்டபோது, 'உண்டு' என்று சொல்லத்தான் அவர் விரும்பினார். ஆனால், அவருக்குள்ளிருந்த இன்னொருவர் அதைச் சொல்லவிடவில்லை.

அந்த இன்னொருவரும் சந்திரன்தான். ஆனால், கொஞ்சம் எதிர்மறையான சந்திரன். ஆகவே, அவரை எதிர்ச்சந்திரன் என்று அழைப்போம்.

சந்திரன் நல்ல அறிவாளி, திறமையுள்ளவர், எல்லா வேலைகளையும் நன்கு செய்யக்கூடியவர், தன்னுடைய தகுதியை உணர்ந்தவர், 'எதையும் நான் நல்லாச் செய்வேன்' என்ற நம்பிக்கை கொண்டவர்.

ஆனால், அவருக்குள்ளிருக்கும் எதிர்ச்சந்திரனுக்கு மட்டும் இதில் நம்பிக்கை இல்லை. 'ம்ஹூம், உன்னால எதையும் சரியாச் செய்யமுடியாது' என்று சொல்லிக்கொண்டே இருப்பார்.

குறிப்பாக, சந்திரன் ஏதேனும் ஒரு புதிய விஷயத்தில் ஈடுபடுகிறார் என்றால் போச்சு. எதிர்ச்சந்திரன் சட்டென்று எழுந்து உட்கார்ந்துவிடுவார், 'உன்னால இது முடியாது' என்பார். 'இது ரொம்பக் கஷ்டம். இதைச் செய்யறதுக்கான திறமை உனக்கு இல்லை' என்று அதற்குப் பல காரணங்களை அடுக்குவார்.

சந்திரன் அந்தப் புதிய குழுவில் சேர விரும்பியபோது, எதிர்ச்சந்திரன் அதை அனுமதிக்கவில்லை. 'புது க்ரூப்புன்னு ஆசைப்படாதே. அவங்க பயன்படுத்தற தொழில்நுட்பம் உனக்குச் சுத்தமாத் தெரியாது. அதைக் கத்துக்கிட்டு சிறப்பாச் செயல்படறது ரொம்பக் கஷ்டம். அப்புறம், அங்க இருக்கிறவங்க எல்லாரும் இளைஞர்கள். நீயோ அரைக்கிழம். அவங்களோட உன்னால போட்டிபோடமுடியுமா? அதனால இப்ப இருக்கிற குழுவுலயே இருந்துடு' என்று சத்தமாகச் சொல்லி அவர் மனத்தை மாற்றிவிட்டார்.

அதனால்தான், இப்போது சந்திரன் வருந்துகிறார், முன்பு துணிந்து இந்தக் குழுவுக்குள் நுழைந்திருந்தால் நன்றாக இருந்திருக்கும் என்று ஏங்குகிறார்.

இந்த எதிர்ச்சந்திரன் நம் ஒவ்வொருவருக்குள்ளும் இருக்கிறார். உளவியலாளர்கள் அவரை *ANT* என்று அழைக்கிறார்கள்.

ANT என்றால் எறும்பு இல்லை. *Automatic Negative Thoughts:* புதிதாக எதைச் செய்ய நினைத்தாலும் அது நம்மால் இயலாது என்று எதிர்மறையாக உடனே நமக்குள் எழுகிற அச்சுறுத்தும் எண்ணங்கள்தான் இவை. நாம் இவற்றின் பேச்சைக் கேட்டால், அஞ்சித் தயங்கி நின்றுவிடுவோம். இப்போதைய நிலையிலிருந்து துளியும் முன்னேறமாட்டோம். அல்லது நம்முடைய முன்னேற்றத்துக்குப் பிறரை எதிர்பார்த்துக்கொண்டிருப்போம்.

என்ன செய்யலாம்? எதிர்ச்சந்திரன்களின் குரலை அமுக்குவது எப்படி?

'அமுக்கவேண்டாம், அவர்களை எதிர்த்துப் பேசுங்கள்' என்கிறார் ஜிம் க்விக். பல தொழில் வல்லுனர்கள், திறமையாளர்களுக்கு '*Brain Coach*', அதாவது, மூளைப் பயிற்சியாளராகச் செயல்படும் இவர், எதிர்ச்சந்திரன்களை வெல்லவேண்டுமென்றால் அவர்களுக்கு எதிராக நாம் பேசவேண்டும் என்று அறிவுறுத்துகிறார். அதாவது, அவர்கள் சொல்லும் எதிர்மறைக் கருத்துகளை ஏற்றுக்கொள்ளாமல், நேர்விதமாகப் பதில் சொல்லவேண்டும்.

எடுத்துக்காட்டாக, 'உன்னால் இந்தப் புது விஷயத்தைக் கத்துக்கமுடியாது' என்று எதிர்ச்சந்திரன் சொல்லும்போது, 'இல்லை, என்னால கத்துக்கமுடியும்' என்று சந்திரன் பதில் சொல்லவேண்டும். அதை வெறுமனே வீம்புக்குச் சொல்லாமல், உண்மையில் அந்தப் புது விஷயத்தைக் கற்றுக்கொள்வதற்கு என்னவெல்லாம் செய்யவேண்டும் என்று சிந்திக்கத் தொடங்கவேண்டும், எதிர்ச்சந்திரன் சொல்வதைப் பொய்யாக்குவதற்குத் திட்டமிடவேண்டும்.

இதனால், நம்மால் இதுதான் சாத்தியம் என்கிற குறுகலான மனநிலையிலிருந்து நகர்ந்து, நம்மால் எதுவும் சாத்தியம் என்கிற விரிவான தளத்துக்கு நாம் நகர்கிறோம். எதிர்மறையான கருத்துகளை அப்படியே நம்பிவிடாமல், அவற்றை எதிர்த்து, 'என்னால ஏன் முடியாது?' என்று கேள்வி கேட்கிறோம், அதன்மூலம் தன்னம்பிக்கை பெற்றுக்கொண்டு முன்னேறுகிறோம்.

எதிர்ச்சந்திரன்களின் குரல் உரக்கக் கேட்கலாம். ஆனால், உண்மையில் அவர்கள் வலுவற்றவர்கள். நாம் துணிந்து எதிர்க்குரல் எழுப்பினால் நடுங்கிப்போய்க் காணாமல் போய்விடுவார்கள். எல்லாம் நம் மனத்தில்தான் இருக்கின்றன. முடியாது என்று அமர்ந்துவிட்டால் முடியாது, முடியும் என்று துணிந்துவிட்டால் எதுவும் சாத்தியம்.

14. திறமையும் வேண்டும், பண்புகளும் வேண்டும்!

அந்த நிறுவனத்தில் ஒரு முக்கியமான பொறுப்புக்கு ஆள் தேவைப்பட்டார். திறமையான ஒருவர் அந்த வேலைக்கு விண்ணப்பம் செய்திருந்தார். அவரை நேர்காணலுக்கு அழைத்தார்கள்.

நேர்காணல் சிறப்பாக நடைபெற்றது. அந்த மனிதரைப் பலவிதங்களில் மாற்றி மாற்றிக் கேள்வி கேட்டார்கள்; அவர் அனைத்துக்கும் நன்றாகப் பதில் சொன்னார்; எல்லாவிதங்களிலும் அவர் அந்தப் பொறுப்புக்குத் தகுதியானவர்தான் என்பது உறுதியாகிவிட்டது.

அப்புறமென்ன, அப்பாயின்ட்மென்ட் ஆர்டர் கொடுக்கவேண்டியதுதானே?

'கொஞ்சம் பொறுங்க' என்றார் அந்த நிறுவனத்தின் தலைவர். 'நானும் அவரும் வெளியில போய்ச் சாப்பிட்டுட்டு வர்றோம். அதுக்கப்புறம், இதைப்பத்தி யோசிக்கலாம்.'

இதையடுத்து, அந்தத் தலைவரும் வேலைக்கு விண்ணப்பம் செய்திருந்த புதியவரும் மதிய உணவு சாப்பிடச் சென்றார்கள்.

ஒரு மணி நேரம் கழித்துத் திரும்பி வந்தார்கள். ‘நல்லது சார், அப்புறம் சந்திப்போம்’ என்று அவரைக் கைகுலுக்கி அனுப்பிவைத்தார் தலைவர்.

சுற்றியிருந்த மற்றவர்களெல்லாம் அதிர்ந்துபோனார்கள். ‘என்ன ஆச்சு? அவரை வேலைக்கு எடுக்கலையா?’

‘ம்ஹூம், இல்லை’ என்றார் தலைவர், ‘நான் அவரை நிராகரிச்சுட்டேன்.’

‘ஏன்? அவர்தான் எல்லாக் கேள்விக்கும் சரியாப் பதில் சொன்னாரே.’

‘உண்மைதான். ஆனா, என்னோட ஹோட்டல் பரிசோதனையில அவர் தோத்துப்போயிட்டார்’ என்று வருத்தத்துடன் சொன்னார் அந்தத் தலைவர். பின்னர், தாங்கள் மதிய உணவு சாப்பிட்டபோது என்ன நடந்தது என்று விளக்கினார்.

அவர்கள் இருவரும் அந்த உணவகத்துக்குள் நுழைந்த விநாடியிலிருந்து, அவர் மிகவும் அலட்சியத்துடன் நடந்துகொண்டிருக்கிறார். சர்வர்களை ஒருமையில் அழைப்பது, அதட்டுவது, ‘இது இல்லையா, அது இல்லையா, என்னய்யா ஹோட்டல் நடத்தறீங்க?’ என்று இழிவாகப் பேசுவது என ஏகப்பட்ட பந்தா.

அதன்பிறகு, அவர்கள் மெனுவைத் திறந்திருக்கிறார்கள். அதில் பல உணவுப் பொருட்கள் பட்டியலிடப்பட்டிருந்தாலும், அதில் எதைச் சாப்பிடுவது என்று அவரால் உடனடியாகத் தீர்மானிக்க இயலவில்லை, இது நல்லா இருக்குமா, அது நல்லா இருக்குமா, ஒருவேளை இதுக்குப் பதில் அதைச் சாப்பிடலாமா, இதுல காரத்தைக் குறைச்சு, இனிப்பைக் கூட்டித் தருவாங்களா, சர்க்கரைக்குப் பதில் சுகர்ஃப்ரீ போடுவாங்களா என்று படுபயங்கரமாகக் குழம்பியிருக்கிறார் மனிதர். ஒருவழியாக அவர் எதையோ தீர்மானித்து ஆர்டர் செய்வதற்குள் நெடுநேரமாகிவிட்டது.

இதையெல்லாம் விளக்கிச்சொன்ன அந்தத் தலைவர், ‘சக மனிதர்களை மதிக்காம, அவங்க தன்னைவிடத் தாழ்ந்த நிலையில இருக்கிறவங்கன்னு நினைச்சு அவங்களை இழிவா நடத்தற, அவமானப்படுத்தற ஒருத்தர், கண்முன்னாடி மெனு கார்ட் இருக்கும்போது அதுல இதைத்தான் சாப்பிடணும்ன்னு சட்டுன்னு தீர்மானிக்க இயலாம தடுமாறிக் குழம்பற ஒருத்தரால இந்தப் பெரிய பொறுப்பை ஒழுங்காச் செய்யமுடியாது. அவர் எவ்ளோ பெரிய திறமைசாலியா இருந்தாலும் பரவாயில்லை. நமக்கு அவர் வேணாம்.’

இந்தக் கதையில் வரும் தலைவரின் பெயர் தெரசா *A.* டெய்லர். *Qwest* என்ற தொலைத்தொடர்பு, ஊடக நிறுவனத்தின் தலைமைச் செயல்பாட்டு அலுவலராகப் பல ஆண்டுகள் பணியாற்றியவர், அமெரிக்காவிலும் இந்தியாவிலும் ஆயிரக்கணக்கானோரைச் சிறப்பாக நிர்வகித்தவர், இப்போது மேலும் பல நிறுவனங்களுக்கு ஆலோசகராகச் செயல்பட்டுக்கொண்டிருக்கிறார்.

அதெல்லாம் இருக்கட்டும், ஹோட்டலில் சர்வர்களை அதட்டுகிறார், என்ன சாப்பிடவேண்டும் என்று தீர்மானிக்க இயலாமல் குழம்புகிறார் என்பதற்காகவெல்லாம் ஒரு திறமையாளருக்கு வேலை கொடுக்காமல் நிராகரிப்பார்களா? தெரசா செய்தது சரியா?

எந்தவொரு வேலையும் திறமையான ஒருவருக்குத்தான் அளிக்கப்படவேண்டும் என்பதில் ஐயமில்லை. ஆனால், திறமைமட்டும் போதாது, பண்புகளையும் கவனிக்கவேண்டும். ஏனெனில், நாம் இயந்திரங்களோடு பணியாற்றவில்லை, மனிதர்களோடு பணியாற்றுகிறோம்.

எடுத்துக்காட்டாக, நீங்கள் ஒரு செல்ஃபோன் வாங்க விரும்புகிறீர்கள் என்றால், அதன் திறமையைமட்டும் கவனித்தால் போதும். சந்தையை அலசிப்பார்த்து, நான்கைந்து செல்ஃபோன்களைத் தேர்ந்தெடுத்து, அவற்றின் திறமைகளை எடைபோட்டுப் பார்த்து, நல்ல விலையில், சிறந்த செயல்திறன் கொண்ட, நம்பகமான ஒரு நிறுவனத்தால் தயாரிக்கப்பட்ட,

பழுதுபார்க்கும் வசதிகள் நன்கு அமைந்த ஒரு செல்ஃபோனை வாங்கிவிடலாம்.

ஆனால், நீங்கள் ஓர் ஓட்டுநரை வேலைக்குச் சேர்க்க விரும்புகிறீர்கள் என்றால், அவருடைய திறமையைமட்டும் பார்க்கமாட்டீர்கள். அவர் நன்கு கார் ஓட்டுகிறாரா, பல ஆண்டுகளாக விபத்தில்லாமல் ஓட்டியிருக்கிறாரா என்பதைக் கவனிக்கிற அதே நேரத்தில், நல்ல பழக்கங்கள் கொண்டவரா, குடிப்பவரா, சாலையில் பிறர்மீது சினம் கொண்டு கத்துகிறவரா, கெட்ட வார்த்தைகள் பேசுகிறவரா, செல்ஃபோனை நோண்டிக்கொண்டு கார் ஓட்டுகிறவரா, பிறரிடம் நன்கு பழகுகிறவரா என்பதையும் கவனிப்பீர்கள். கார் ஓட்டும் திறமையோடு, இந்தப் பண்புகளும் ஒரு நல்ல ஓட்டுநருக்குத் தேவைப்படுகின்றன.

காரணம், நாம் செல்ஃபோனைப் பயன்படுத்துகிறோம்; ஓட்டுநரோடு பழகுகிறோம். அவர் நம் மனத்தில், நம்மைச் சுற்றியிருக்கிறவர்கள் மனத்தில் என்னமாதிரியான தோற்றத்தை உண்டாக்குகிறார் என்பதும் முக்கியம்.

யோசித்துப்பாருங்கள், சிறுவயதில் உங்கள் பள்ளியில் முதல் மதிப்பெண் வாங்கிய பையனையோ பெண்ணையோ எல்லாருக்கும் பிடிக்கும். ஆனால் அதே பையன் தன்னுடைய மதிப்பெண்ணை எண்ணிச் செருக்கு கொள்கிறவனாக இருந்தால், ஆசிரியர்கள்கூட முகம் சுளிப்பார்கள். கல்லூரி, பணியிடம் என எல்லா இடங்களிலும் இப்படித்தான் நல்ல பண்புகள் உள்ளவர்கள் சூழலை இனிமையாக்குவார்கள், அந்தப் பண்புகள் இல்லாதவர்கள் அதைக் கெடுத்துக் கடினமாக்குவார்கள். ஆகவே, முதல் வகையினருக்குத்தான் அதிக வாய்ப்புகள் திறக்கும்.

சொல்லப்போனால், எந்தவொரு நிறுவனமும் தன்னுடைய சூழலில் எதிர்மறை எண்ணங்களைப் பரப்புகிறவர்களைச் சகித்துக்கொள்ளாது. அவர்கள் எப்பேர்ப்பட்ட திறமையாளர்களாக இருந்தாலும் வெளியேற்றிவிடுவார்கள்.

இல்லாவிட்டால், இவர்களுடைய நடத்தையால் இன்னும் பல நல்ல திறமையாளர்கள், பண்பாளர்கள் அங்கிருந்து வெளியேறிவிடுவார்கள்.

தெரசாபோல் ஒவ்வொரு நிறுவனத் தலைவரும் தன்னிடம் வேலைக்கு விண்ணப்பிக்கிறவர்களுடன் மதிய உணவு சாப்பிடுவதில்லை. ஆனால், இவ்வுலகில் எல்லாரும் தங்களுடன் வேலை செய்கிற, பழகுகிற எல்லாரையும் கவனித்துக்கொண்டுதான் இருக்கிறார்கள், முகத்தைச் சுளிக்கவைக்காத, நன்கு பழகுகிறவர்களுடன் இன்னும் ஒட்டுகிறார்கள், மற்றவர்களிடமிருந்து விலகுகிறார்கள். இதனால், நம் திறமைகளை வளர்த்துக்கொள்கிற அதே கவனத்தைப் பண்புகளுக்கும் அளிக்கவேண்டும். பிறருடன் அன்பாகப் பழகாவிட்டாலும், அவர்கள் அருவருக்கும்படி நடந்துகொள்கிறோமா என்று நம்மை நாமே கேட்டுக்கொள்ளவேண்டும், தேவைப்பட்டால், மாற்றங்களைச் செய்துகொள்ளவேண்டும்.

15. மூன்ஷாட்

*1961*ம் ஆண்டு மே 25ம் தேதி. அமெரிக்க அதிபர் ஜான் எஃப் கென்னடி ஒரு சிறப்புக் கூட்டத்தில் பேசுகிறார். 'இன்னும் சில ஆண்டுகளில் நாங்கள் நிலாவைத் தொட்டுத் திரும்புவோம்.'

வரலாற்றுச் சிறப்புமிக்க இந்த வரிகள் பேசப்பட்டு அறுபது ஆண்டுகளாகிவிட்டன. மனிதன் ஏற்கெனவே வெற்றிகரமாக நிலவுக்குச் சென்று திரும்பிவிட்டான் என்கிற உண்மை நமக்குத் தெரியும். ஆனாலும், இப்போதும் இந்த வரிகளைப் படிக்கும்போது உள்ளுக்குள் ஒரு பெருமிதம் எழுகிறது. அது ஏன்?

நிலாவை எல்லாரும் பார்க்கலாம். ஆனால், அங்கு சென்று திரும்புவது என்பது எளிய விஷயம் இல்லை. அதற்கு வெறும் கனவுமட்டும் போதாது, பணம்மட்டும் போதாது, தன்னம்பிக்கைமட்டும் போதாது, அறிவியல், தொழில்நுட்ப அறிவுமட்டும் போதாது, உழைப்புமட்டும் போதாது, விடாமுயற்சிமட்டும் போதாது, அதிர்ஷ்டம்மட்டும் போதாது, இவை அத்தனையும், இன்னும் பலவும் சேர்ந்தால்தான் அதைச் சாத்தியமாக்க இயலும், அந்தக் கூட்டு முயற்சியால்தான், பூமியில் வாழப் பிறந்த மனிதனை நிலாவுக்கு அழைத்துச்சென்று, பத்திரமாகத் திரும்ப அழைத்துவர இயலும்.

கென்னடி இதை அறிவித்தபோது எத்தனை பேர் அவரை நம்பினார்கள் என்று நமக்குத் தெரியாது. சிலர் உள்ளுக்குள் சிரித்திருப்பார்கள். ஆனால் பலர் அவரை நம்பியிருப்பார்கள், 'நம்ம அதிபர் சொல்றார், உண்மையாதான் இருக்கும், மனுஷன் நிலாவுல இறங்கத்தான் போறான், நீ வேணும்ன்னா பாரேன்' என்று சொல்லியிருப்பார்கள்.

முக்கியமாக, அமெரிக்காவின் நிலவுப் பயணத் திட்டத்தில் இருந்த வல்லுனர்கள் எல்லாருக்கும் இந்தப் பேச்சு மிகப் பெரிய ஊக்கமாக இருந்தது. விண்வெளித்துறையில் சோவியத் யூனியனின் அதிவிரைவான வளர்ச்சி, முன்னேற்றத்தால் சோர்ந்துபோயிருந்த அமெரிக்க விண்வெளியாளர்களை நிலவுத் திட்டம் தூண்டிவிட்டது, 'வேலையைப் பாருங்க, நாம சாதிக்கப்போறோம்' என்று ஊக்குவித்தது.

ஏனெனில், நிலவுக்குச் சென்று திரும்புவது என்பது எல்லாரும் செய்யக்கூடிய எளிய திட்டமும் இல்லை, யாராலும் செய்ய இயலாத கடினமான திட்டமும் இல்லை, முயன்றால் சாதிக்கலாம், அதற்குத் தேவையான திறமைகள் அமெரிக்காவில் உண்டு, இதையெல்லாம் சிந்தித்துப்பார்த்துதான் கென்னடி நிலவுப் பயணத்தைத் தேர்ந்தெடுத்திருந்தார். அப்போதைய துணை அதிபர், நாஸா தலைவருடனெல்லாம் பேசியபிறகுதான் இதை அறிவித்திருந்தார்.

இதனால், அமெரிக்க வல்லுனர்களுக்குச் செம தீனி கிடைத்துவிட்டது. நிலாவுக்குச் சென்று திரும்பவேண்டும், அதுவும் ஏழெட்டு ஆண்டுகளுக்குள் அதைச் சாதிக்கவேண்டும் என்கிற மிகப் பெரிய செயல், இதற்குமுன் யாரும் செய்யாத, ஆனால், திறமையுள்ளவர்களால் செய்யக்கூடிய ஒரு செயல் என்பதால் நம்பிக்கையுடன் அதை நோக்கி உழைத்தார்கள். 1969ல் அமெரிக்கா நிலாவில் காலூன்றிவிட்டது.

அமெரிக்காவின் நிலவுப் பயணம் வெறும் தொழில்நுட்பச் சாதனைமட்டுமில்லை, மனித நம்பிக்கை, முனைப்பின் சாதனை. இப்படிப்பட்ட மிகப் பெரிய செயலை வெறும் எட்டே

ஆண்டுகளுக்குள் பேச்சிலிருந்து வெற்றிவரை கொண்டுசெல்வது எப்பேர்ப்பட்ட விஷயம்!

இதனால், விண்வெளித்துறையில் அமெரிக்காவின் தகுதியும் திறமையும் அவர்கள் நினைத்தால் என்னவெல்லாம் சாதிக்க இயலும் என்கிற உண்மையும் உலகுக்குத் தெரிந்தது. மக்கள் அவர்களைப் புதிய மதிப்புடன் பார்க்கத் தொடங்கினார்கள்.

இன்றைக்கு, அமெரிக்காவின் அந்த நிலவுப் பயணத்தைப்பற்றிப் பேசுகிறவர்கள் 'மூன்ஷாட்' *(Moonshot)* என்ற சொல்லைப் பயன்படுத்துகிறார்கள். மற்றவர்கள் சாத்தியமில்லை என்று நினைக்கிற, ஆனால், கொஞ்சம் முயன்றால் சாத்தியம்தான் என்று சிலர் நினைத்து முன்னேறக்கூடிய செயல்களையும் 'மூன்ஷாட்' என்று அழைக்கிறார்கள்.

எடுத்துக்காட்டாக, நீங்கள் ஒரு சிறிய கிராமத்தில் இருக்கிறீர்கள். அங்கு பெட்டிக்கடை வைப்பது மூன்ஷாட் ஆகாது. ஒரு திரைப்பட ஸ்டூடியோவையோ தீம்பார்க்கையோ சாஃப்ட்வேர் நிறுவனத்தையோ அமைப்பது மூன்ஷாட். அதாவது, எல்லாராலும் செய்ய இயலாத விஷயம், அது உங்களால் இயலும் என்று நீங்கள் நினைக்கிறீர்கள், மூன்ஷாட்டுக்குத் தயாராகிறீர்கள், அதை நோக்கி உழைக்கிறீர்கள், சாதிக்கிறீர்கள், மற்றவர்கள் பெறும் வெற்றியைப்போல் பலமடங்கு உங்களுக்குக் கிடைக்கிறது.

இதை இன்னொருவிதமாகவும் சொல்லலாம். மற்றவர்களைவிட 10% முன்னேறுவது என்பது எல்லாராலும் இயலும். ஆனால், பத்து மடங்கு முன்னேறினால்? அதுதான் மூன்ஷாட்.

நீங்கள் மற்றவர்களைவிட 10% முன்னேறும்போது, மற்றவர்கள் இன்னும் உங்களுக்கு அருகில்தான் இருக்கிறார்கள். அவர்கள் கொஞ்சம் கூடுதலாக உழைத்தால், அல்லது நீங்கள் கொஞ்சம் சோர்ந்து உட்கார்ந்தால் அவ்வளவுதான், மற்றவர்கள் உங்களைத் தாண்டி முன்னேறிவிடுவார்கள்.

ஆனால், நீங்கள் மற்றவர்களைவிட பத்து மடங்கு

முன்னேறும்போது, அவர்களைத் தாண்டி வெகுதொலைவுக்குச் சென்றுவிடுகிறீர்கள். அப்போது அவர்கள் உங்களை எட்டிப்பிடிப்பது மிகவும் கடினம். அதுதான் மூன்ஷாட் சிந்தனை.

அதாவது, நம்மைச் சுற்றி, நாம் ஈடுபடுகிற துறையில் மற்றவர்கள் 'கடினம்' என்று நினைத்து ஒதுங்கி நிற்கிற பிரச்சனைகளைக் கூர்ந்து கவனிக்கவேண்டும், அவற்றைத் தீர்க்க இயலாது என்கிற மற்றவர்களுடைய சிந்தனையை மறந்துவிடவேண்டும், 'ஒருவேளை, இதைத் தீர்த்தால் எப்படி இருக்கும்' என்கிற கோணத்தில் முன்னேறவேண்டும், அதற்கு என்ன செய்யவேண்டும் என்று யோசித்துத் திட்டமிடவேண்டும், பிரச்சனையைச் சிறிது சிறிதாகப் பிரித்துக்கொண்டு கொஞ்சங்கொஞ்சமாகத் தீர்க்கத் தொடங்கவேண்டும்.

இன்றைக்கு இணையம், ஸ்மார்ட்ஃபோன், ஈமெயில், விமானம், தொலைக்காட்சி என்று நாம் எளிதாகப் பயன்படுத்துகிற மிகச் சிறந்த வசதிகளெல்லாம் இல்லாத ஒரு நேரத்தைச் சற்று கற்பனை செய்து பாருங்கள். இவையெல்லாம் நம்முடைய மிகப் பெரிய பல பிரச்சனைகளைத் தீர்த்துவைக்கிற சிறந்த கருவிகள். ஆனால், இவை ஒரு வாரத்திலோ, ஒரு மாதத்திலோ கண்டுபிடிக்கப்பட்டவை இல்லை. இந்தப் பெரிய பிரச்சனைகளுக்குத் தீர்வு வேண்டும் என்று யாரோ அப்போது சிந்தித்திருக்கிறார்கள், வருங்காலத்தில் இவற்றைக் கோடிக்கணக்கான பேர் பயன்படுத்தப்போகிறார்கள், இவற்றால் இவ்விதமான நல்ல மாற்றங்களெல்லாம் வரப்போகின்றன என்பதை மனக்கண்ணில் கண்டிருக்கிறார்கள், அதை நோக்கி உழைத்திருக்கிறார்கள். அந்தத் தனி நபர்களும் நிறுவனங்களும் அடித்த மூன்ஷாட்தான், இன்று நாம் வசதியாகப் பயன்படுத்தும் கருவிகள்.

அதைப்போலவே, இன்றைய பெரிய பிரச்சனைகளுக்கான மூன்ஷாட்களைச் சிலர் சிந்தித்துக்கொண்டிருக்கிறார்கள். அவர்களில் நாமும் ஒருவராக ஆவதற்கு என்ன வழி என்று

யோசிப்போம். மற்றவர்கள் அஞ்சித் தயங்கும் பிரச்சனைகளில் துணிந்து இறங்குவோம், ஆராய்வோம், வெற்றிபெறுவோம்.

சிறு முன்னேற்றம் நல்லதுதான் ஆனால், மூன்ஷாட்டின்மூலம் நம்முடைய போட்டியாளர்களைத் தாண்டிப் பலமடங்கு முன்னேறுவது இன்னும் நல்லது!

16. மோசமான விடுதி, பிரமாதமான எழுத்து!

திரைப்படங்களுக்குக் கதை விவாதம் நடத்துகிறவர்கள் பெரிய நட்சத்திர விடுதிகளில் அறை எடுத்துத் தங்குவார்கள், மெத்மெத் படுக்கை, பிரமாதமான சாப்பாடு, மற்ற வசதிகள் என்று ஜாலியாகத் தங்கி விவாதிப்பார்கள், தங்களுடைய படத்துக்கான கதையை நன்கு கச்சிதமாக உருவாக்கிவிட்டுத் திரும்பி வருவார்கள்.

ஆனால், புகழ்பெற்ற எழுத்தாளர் அகதா கிறிஸ்டி தன்னுடைய நாவல்களை எழுதுவதற்கு இருப்பதிலேயே படுமோசமான விடுதிகளைத்தான் தேர்ந்தெடுப்பாராம். அந்த விடுதிகளில் உருப்படியாக எந்த வசதியும் இருக்காது, படுக்கை மோசமாக இருக்கும், நாற்காலிகள் மிக மோசமாக இருக்கும், சாப்பாடு அதைவிட மோசமாக இருக்கும்.

அத்தனை பெரிய எழுத்தாளர் இப்படி மட்டமான விடுதிகளில் தங்குவது ஏன்?

இதற்கான காரணத்தை கிறிஸ்டியானா பிராண்ட் என்ற இன்னோர் எழுத்தாளரிடம் விவரித்திருக்கிறார் அகதா

கிறிஸ்டி, 'அப்படி மோசமான விடுதிகளில் தங்கினால்தான் எனக்கு எழுத்து ஓடும். என்னுடைய நாவலைப் பரபரவென்று விரைவாக எழுதிவிடுவேன்.'

மோசமான விடுதிக்கும் நாவல் எழுத்துக்கும் என்ன தொடர்பு?

பொதுவாக விடுதியில் தங்குகிறவர்கள் நல்ல வசதியான படுக்கையில் வழக்கத்தைவிடக் கூடுதல் நேரம் தூங்குவார்கள்; காலையில் நிதானமாக நேரம் கழித்து எழுவார்கள்.

ஆனால், மோசமான விடுதிகளில் படுக்கை முரட்டுத்தனமாக இருக்கும், அதில் படுத்தால் தூக்கமே வராது.

அடுத்து, விடுதிகளில் அழகான குஷன் நாற்காலிகள் வைத்திருப்பார்கள், அதில் உட்கார்ந்துகொண்டு ஓய்வெடுக்கலாம்.

ஆனால், மோசமான விடுதிகளில் நாற்காலியும் முரட்டுத்தனமாகத்தான் இருக்கும். அதில் உட்கார்ந்தால் ஓய்வெடுக்கத் தோன்றாது, சட்டென்று எழுந்துவிடத்தான் தோன்றும்.

மூன்றாவதாக, விடுதிகளில் சாப்பாடு பிரமாதமாக இருக்கும். பெரிய பஃபே வைத்து விதவிதமான சுவைப் பண்டங்களை வழங்குவார்கள், நெடுநேரம் நிதானமாகச் சாப்பிட்டுச் சோம்பலாக நேரத்தைக் கடத்தலாம்.

ஆனால், மோசமான விடுதிகளில் சாப்பாடு மட்டமாக இருக்கும். ஏதோ பசிக்குக் கொஞ்சம்போல் சாப்பிட்டுவிட்டு ஓடிவந்துவிடுவோம்.

சுருக்கமாகச் சொன்னால், மோசமான விடுதிகளில் தங்கும்போது நமக்குச் சரியாகத் தூக்கம் வராது, ஓய்வெடுக்கத் தோன்றாது, சாப்பிட்டுவிட்டுச் சோம்பிக் கிடக்கமாட்டோம், நிறைய நேரம் கிடைக்கும், அந்த நேரத்தையெல்லாம் அகதா கிறிஸ்டி எழுதப் பயன்படுத்துவார்.

அதைவிட முக்கியம், இதுபோன்ற இடத்தில் பல நாட்கள்

தங்கவேண்டும் என்றால் நமக்கு வெறுப்பாக இருக்கும், இயன்றவரை விரைவாக இங்கிருந்து வெளியேறவேண்டும் என்றுதான் நினைப்போம். அந்த நேரத்தில், 'நாவலை எழுதி முடித்தால்தான் இங்கிருந்து வெளியேற இயலும்' என்று நாமே ஒரு நிபந்தனை போட்டுக்கொண்டுவிட்டால், இருபது நாளில் எழுதுகிற நாவல் பன்னிரண்டு நாளில் தயாராகிவிடும்.

இந்தத் தந்திரத்தைத்தான் அகதா கிறிஸ்டி வெற்றிகரமாகப் பயன்படுத்தினார். ஒவ்வொருமுறை நாவல் எழுதும்போதும் ஒரு மோசமான விடுதியில் சென்று தங்கினார், நாவலை விறுவிறுவென்று விரைவாக எழுதிவிட்டு வெற்றிகரமாகத் திரும்பி வந்தார்.

அகதா கிறிஸ்டி உண்மையாகவே மோசமான விடுதிகளில் தங்கித்தான் தன்னுடைய நாவல்களை விரைவாக எழுதினாரா? அல்லது கிறிஸ்டியானா பிராண்டிடம் சும்மா கதை விட்டாரா என்பது நமக்குத் தெரியாது. ஆனால், அகதாவின் தந்திரத்தைப்பற்றி நாம் கொஞ்சம் சிந்தித்துப்பார்க்கலாம்.

'தேவைதான் கண்டுபிடிப்பின் தாய்' என்று ஓர் ஆங்கிலப் பொன்மொழி உண்டு. அதாவது, ஒரு கட்டாயத் தேவை ஏற்படும்போதுதான் மனிதன் எதையாவது முனைந்து கண்டுபிடிக்கிறான். அந்தத் தேவை ஏற்படாவிட்டால், சும்மா இருந்துவிடுகிறான்.

எடுத்துக்காட்டாக, கஷ்டப்பட்டு உழைத்துக் குடும்பத்தைக் காப்பாற்றவேண்டும் என்ற நிலையில் இருப்பவர்கள் தங்களுடைய சம்பளத்தை மேம்படுத்துவதற்குப் பலவிதமாக முனைவார்கள், புதிய வழிகளைக் கண்டறிவார்கள். வெளியாட்களுக்கு இதையெல்லாம் பார்த்தால் திகைப்பாக இருக்கும், 'எப்படிங்க உங்களுக்கு இப்படியெல்லாம் சம்பாதிக்கணும்ன்னு தோணுது!' என்று வியப்பார்கள்.

இந்தக் கேள்விக்கு அவர் சொல்லக்கூடிய சரியான பதில், 'எனக்குத் தேவை இருக்குங்க, அதனால, அதுக்கு ஒரு வழி

கண்டுபிடிக்கறேன்' என்பதுதான். 'ஒருவேளை, எனக்கு ஏகப்பட்ட சொத்தும் உட்கார்ந்து சாப்பிடற வசதியும் இருந்திருந்தா, நான் இப்படியெல்லாம் யோசிச்சிருக்கமாட்டேனோ என்னவோ!'

இளைஞர் ஒருவருக்கு கம்ப்யூட்டரில் ப்ரொக்ராமிங் (நிரல் எழுதுதல்) கற்றுக்கொள்ளவேண்டும் என்று ஆசை. நன்கு நிரல் எழுதக் கற்றுக்கொண்டு பெரிய நிறுவனத்தில் வேலைக்குச் செல்லவேண்டும், தன்னுடைய குடும்பத்தை முன்னேற்றவேண்டும் என்று ஏங்குகிறார். பக்கத்து வீட்டில் இருக்கும் ப்ரொக்ராமர் ஒருவரிடம் சென்று, 'அண்ணே, எனக்கு ப்ரொக்ராமிங் கத்துக்கொடுக்கறீங்களா?' என்று கேட்கிறார்.

அந்த ப்ரொக்ராமர் இதைக் கேட்டுச் சிரிக்கிறார், 'தம்பி, ப்ரொக்ராம் எழுதணும்ன்னா முதல்ல ஒரு கணினி (கம்ப்யூட்டர்) வேணும். அது உங்ககிட்ட இருக்கா?'

'இல்லை' என்று தலையாட்டுகிறார் அந்த இளைஞர்.

'அப்புறம் எப்படி ப்ரொக்ராம் கத்துப்பீங்க?' என்று சிரிக்கிறார் அந்த ப்ரொக்ராமர், 'போய் வேற வேலையைப் பாருங்க' என்று அலட்சியமாகச் சொல்லிவிட்டுச் சென்றுவிடுகிறார்.

அப்போதும், அந்த இளைஞர் நம்பிக்கையை இழக்கவில்லை, நாலு பேரிடம் இதைப்பற்றி விசாரிக்கிறார், தன்னிடம் இருக்கும் மொபைல் ஃபோனை அழகாக ஓர் அட்டைப்பெட்டியில் பொருத்தி, அதனுடன் கீபோர்ட், மவுஸ் போன்றவற்றை இணைத்து அவரே ஒரு சிறு கம்ப்யூட்டரை உருவாக்குகிறார். அதை அந்த ப்ரொக்ராமரிடம் காண்பித்து, 'இப்ப எனக்கு ப்ரொக்ராமிங் கத்துக்கொடுப்பீங்களா?' என்று கேட்கிறார்.

இதைப் பார்த்த ப்ரொக்ராமர் திகைத்து நிற்கிறார். 'தம்பி, கத்துக்கறதுக்கு இவ்ளோ ஆர்வத்தோட இருக்கிற உனக்குச் சொல்லித்தராம வேற யாருக்குச் சொல்லித்தருவேன்? வா, உடனடியா வகுப்பை ஆரம்பிச்சுடுவோம்' என்கிறார்.

கணினிகூட இல்லாவிட்டாலும் ப்ரொக்ராமிங்

கற்றுக்கொள்ளவேண்டும் என்கிற துடிப்பு அந்த இளைஞருக்கு வந்தது என்றால், அதற்குக் காரணம், அவருடைய குடும்பத்தின் பொருளாதார நிலைமை. அது வருத்தத்துக்கு உரியதுதான். ஆனால், அதை ஓர் உந்துதலாகப் பயன்படுத்திக்கொண்டு அவர் முன்னேறுகிறார், அகதா கிறிஸ்டி மோசமான விடுதியைப் பயன்படுத்திக்கொண்டு கதை எழுதியதைப்போல்.

சொகுசான, எல்லா வசதிகளும் நிறைந்த வாழ்க்கைதான் வேண்டும் என்று நாமெல்லாம் ஆசைப்படுகிறோம், அதற்காக உழைக்கிறோம். அதில் எந்தப் பிழையும் இல்லை. அதே நேரம், அந்த வசதிகள் நம்மை உள்ளிழுத்துக்கொண்டு மேலும் முன்னேற இயலாதபடி தடுத்துவிடக்கூடாது, 'அடடா, எவ்வளவு வசதியான வாழ்க்கை இது!' என்று நாம் சோம்பி அமர்ந்துவிடக்கூடாது. அப்படி ஒரு சூழ்நிலை வந்தால், அகதா கிறிஸ்டி வலியச் சென்று ஒரு மோசமான விடுதியில் தங்கியதுபோல், நாமே ஒரு முரட்டுச் சூழலை உருவாக்கிக்கொள்ளலாம், அதை உந்துதலாகப் பயன்படுத்தி இன்னும் முன்னேறலாம்.

'ஓடிக்கொண்டிருந்தால்தான் ஆறு, தேங்கினால் வெறும் குட்டை' என்று சொல்வார்கள். அதுபோல, 'இது போதும்' என்ற எண்ணம் இல்லாமல், தொடர்ந்து கற்றுக்கொள்கிற, வளர்கிற, முன்னேறுகிற துடிப்பு நமக்குள் இருக்கவேண்டும். அந்தத் துடிப்பை என்றென்றும் தக்கவைத்துக்கொள்கிறவர்கள் மேலும் மேலும் வெற்றிபெறுவார்கள்.

17. AIDAR

கந்தசாமி வீட்டுக்குப் பக்கத்தில் ஒரு மளிகைக்கடை இருக்கிறது. அதன் உரிமையாளர் பெயர் சண்முகம்.

பல ஆண்டுகளாக வாரந்தோறும் தன்னுடைய வீட்டுக்குத் தேவையான மளிகைப்பொருட்களையெல்லாம் சண்முகம் கடையில்தான் வாங்குகிறார் கந்தசாமி. இதனால், அவர்கள் இருவரும் நல்ல நண்பர்களாகிவிட்டார்கள்.

ஒருநாள், வழக்கம்போல் மளிகைப்பொருட்களை வாங்குவதற்காக சண்முகம் கடைக்குச் செல்கிறார் கந்தசாமி. அவரைச் சிரிப்போடு வரவேற்கிறார் சண்முகம், 'என் மகன் ஒரு ஹோட்டல் ஆரம்பிக்கப்போறான்' என்கிறார்.

'அட, நல்ல விஷயம்தான். எங்கே?' என்று விசாரிக்கிறார் கந்தசாமி.

'நம்ம கடைத்தெருவுலதான்! விநாயகம் தேங்காய் மண்டிக்குப் பக்கத்துக் கட்டடம்' என்றபடி அவர் கேட்கும் பொருட்களைப் பொட்டலம் கட்டுகிறார் சண்முகம்.

அடுத்த வாரம், மீண்டும் அதே கடை, மீண்டும் அதேபோன்ற உரையாடல், 'நம்ம ஹோட்டல் சின்னதுதான், ஆனா, எல்லாப்

பண்டமும் தரமா, நியாயமான விலையில இருக்கும்' என்று சண்முகம், கந்தசாமியிடம் பெருமிதத்துடன் சொல்கிறார்.

அதற்கு அடுத்த வாரம், கந்தசாமியிடம் ஓர் அழைப்பிதழை நீட்டுகிறார் சண்முகம், 'வர்ற ஞாயித்துக்கிழமை ஹோட்டல் திறப்புவிழா. நீங்க குடும்பத்தோட வந்து என் பையனை வாழ்த்தணும்.'

'கண்டிப்பா வர்றேன்' என்று சொன்னபடி அழைப்பிதழை வாங்கிக்கொள்கிறார் கந்தசாமி. ஆனால், விழா நாளன்று வேறு ஏதோ வேலையில் அதை மறந்துவிடுகிறார்.

ஆகவே, அடுத்த வாரம் அவர் மளிகைப்பொருட்களை வாங்கச் செல்லும்போது சண்முகம் அவருக்கு மீண்டும் இதை நினைவுபடுத்துகிறார், 'கடை திறந்தாச்சுங்க, பிரமாதமான வரவேற்பு, மக்களெல்லாம் ரொம்பச் சுவையான சாப்பாடுன்னு பாராட்டறாங்க, நீங்களும் ஒரு நாள் சாப்பிட வரணும்' என்கிறார். 'இதோ பாருங்க, இந்த முறுக்கு அங்க போட்டதுதான், சாப்பிட்டுப்பாருங்க' என்று ஒரு பொட்டலத்தை நீட்டுகிறார்.

கந்தசாமி ஆவலுடன் அந்த முறுக்கைச் சாப்பிட்டுப்பார்க்கிறார். உண்மையில் நல்ல சுவைதான். மனம் திறந்து பாராட்டுகிறார்.

சில நாட்களுக்குப்பிறகு, ஏதோ ஒரு பண்டிகை வருகிறது. 'இன்னிக்கு நம்ம ஹோட்டல்ல ஸ்பெஷல் சாப்பாடு, நாலுவிதமான ஸ்வீட்ஸோட அசத்தப்போறான் பையன்' என்று ஒரு நோட்டீஸை நீட்டுகிறார் கந்தசாமி. அதைப் பார்த்தவுடன் சண்முகத்தின் ஆவல் மேலும் கூடுகிறது, நேராகக் கடைத்தெருவுக்குச் சென்று அந்தச் சிறப்பு விருந்தை ருசிக்கிறார், 'பிரமாதம்' என்று புகழ்கிறார், சண்முகம் மளிகைக்கடையைப்போலவே அவருடைய மகனின் உணவகத்துக்கும் தொடர் வாடிக்கையாளராகிவிடுகிறார்.

இந்தக் கதையில் வரும் சண்முகம் ஒரே விஷயத்தைப் பலமுறை பலவிதமாகச் சொல்கிறார்; அதன்மூலம், ஒருவரைத் தன்னுடைய மகனின் கடைக்கு வாடிக்கையாளராக்குகிறார்;

மார்க்கெட்டிங் (சந்தைப்படுத்தல்) வல்லுனர்கள் இந்த வெற்றி உத்தியை AIDA என்று அழைக்கிறார்கள்.

AIDA என்பது நான்கு சொற்களின் சுருக்கம்: Awareness (விழிப்புணர்வு), Interest (ஆர்வம்), Desire (ஆசை), Action (செயல்).

விழிப்புணர்வு என்றால், இதற்குமுன் நமக்குத் தெரியாத ஒரு விஷயத்தைப்பற்றி நமக்குத் தெரியப்படுத்துவது, 'என் பையன் ஹோட்டல் திறக்கப்போறான்' என்று சண்முகம் சொல்வதைப்போல.

ஒரு விஷயத்தை நாம் தெரிந்துகொண்டோம் என்பதால் நமக்கு அதன்மீது ஆர்வம் வந்துவிடாது. அதை உண்டாக்குவதுதான் இரண்டாம் நிலை. 'இந்த ஹோட்டல்ல சாப்பாடெல்லாம் சுவையா இருக்கும்' என்று சொல்வதன்மூலம், 'என்னிக்காவது இங்க போய்ச் சாப்பிடணும்' என்ற ஆர்வத்தைக் கந்தசாமி மனத்தில் உருவாக்குகிறார் சண்முகம்.

நமக்குப் பல விஷயங்களில் ஆர்வம் இருக்கிறது; எல்லாவற்றையும் நாம் செயலாக்குவதில்லை. அதனால், ஆர்வத்தை ஆசையாக மாற்றவேண்டும். 'கடை திறந்தாச்சு, பிரமாதமான வரவேற்பு' என்றெல்லாம் சொல்வதன்மூலம், முறுக்கை இலவசமாகத் தருவதன்மூலம் கந்தசாமியின் மனத்தில் இருந்த ஆர்வத்தைச் சண்முகம் ஆசையாக ஆக்குகிறார், பின்னர், 'இன்றைக்குச் சிறப்புச் சாப்பாடு' என்று சொல்லி அந்த ஆசையைச் செயலாகவும் மாற்றுகிறார்.

இவையெல்லாம் தந்திரங்கள் இல்லை, சண்முகம் கந்தசாமியை ஏமாற்றவில்லை, உண்மையில் தரமான, சுவையான உணவை வழங்கும் ஓர் உணவகத்துக்கு அவரை வரவழைத்து வாடிக் கையாளராக்கிக்கொள்வதற்காகப் படிப்படியாக அவரைத் தயார்செய்கிறார். அதுதான் AIDA.

ஒருவேளை, கந்தசாமி சாப்பிட்ட சிறப்புச் சாப்பாடு மிக மோசமாக இருந்திருந்தால், அவர் ஒருபோதும் மறுபடி அந்த உணவகத்துக்குச் செல்லமாட்டார். இவ்வளவு நாளாகச்

சண்முகம் பேசியதெல்லாம் வீணாகியிருக்கும்.

இதனால், *AIDA*வுடன் ஐந்தாவதாக *"R"* (*Retention*, தக்கவைத்துக்கொள்ளுதல்) என்பதையும் சேர்த்து *AIDAR* என்று சொல்கிறவர்களும் உண்டு. அதாவது, வாடிக்கையாளர்களிடம் விழிப்புணர்வை உண்டாக்கி, ஆர்வத்தை, ஆசையைத் தூண்டிச் செயல்பட வைத்தால் போதாது; சிறந்த சேவையின்மூலம் அவர்களைத் தக்கவைத்துக்கொள்ளவேண்டும்.

AIDAR என்ற பெயர் சண்முகத்துக்குத் தெரிந்திருக்காது; ஆனால், அந்த நுட்பம் அவருக்குத் தெரிந்திருந்தது. அதைப்போல, யார் வேண்டுமானாலும் இதைப் பயன்படுத்தித் தங்களுடைய (தரமான) தயாரிப்புகள், சேவைகளின்பக்கம் பிறரை ஈர்க்கலாம்.

எடுத்துக்காட்டாக, ஒருவர் ஓய்வு நேரத்தில் கைவினைப்பொருட்களைச் செய்து விற்கிறார். இதைப்பற்றிச் சுற்றியிருக்கிற பிறருக்குத் தெரிந்தால்தானே அந்தப் பொருட்கள் விற்பனையாகும்? 'நான் இந்தப் பொருளெல்லாம் விற்கறேன், நியாயமான விலை, நிறைய வாங்கினா தள்ளுபடியும் கொடுப்பேன், உங்களுக்கு வேணும்ன்னா சொல்லுங்க, இல்லாட்டி, உங்க நண்பர்கள், உறவினர்கள், அலுவலகத்துல இருக்கிற மத்தவங்ககிட்ட சொல்லுங்க' என்று சொல்லி அவர் விழிப்புணர்வை உண்டாக்கலாம். அல்லது ஃபேஸ்புக்கில் ஒரு பக்கம் தொடங்கித் தன்னுடைய பொருட்களைக் காட்சிப்படுத்தலாம், வாட்ஸாப் ஸ்டேட்டஸில் தன்னுடைய பொருட்களின் புகைப்படம், விலையைக் காண்பிக்கலாம், இப்படி இன்னும் பல வழிகள்.

விழிப்புணர்வை உண்டாக்கியபிறகு, ஆர்வம், ஆசை என்று மக்களைப் படிப்படியாக அழைத்துச்செல்வதற்கான வழிகள் என்ன என்று அவர் சிந்திக்கவேண்டும், அவர்களைச் செயலுக்குத் தூண்டவேண்டும், அதாவது, தன்னிடம் பொருட்களை வாங்கச்செய்யவேண்டும், பின்னர் தரத்தின்மூலம் அவர்களைத் தக்கவைத்துக்கொள்ளவேண்டும்.

யோசித்துப்பார்த்தால், நாம் எல்லாரும் வெவ்வேறு திறமைகளுடன் இருக்கிறோம், அதைப்பற்றிப் பிறருக்குச் சொல்லவேண்டும், நம் திறமைகளை அவர்கள் பயன்படுத்திக்கொள்ளும்படி செய்யவேண்டும், அதனால், *AIDAR* என்பது மார்க்கெட்டிங் வல்லுனர்களுக்கு மட்டுமின்றி எல்லாருக்கும் பயன்படக்கூடிய உத்திதான்.

18. நான்கு ஒப்பந்தங்கள்

நள்ளிரவு நேரம். இரண்டு நண்பர்கள் காரில் வீடு நோக்கிச் சென்றுகொண்டிருந்தார்கள்.

வழியில் ஒரு போக்குவரத்து நிறுத்தம். அங்கு சிவப்பு விளக்கு எரிந்துகொண்டிருந்தது. அதனால், முதல் நண்பர் காரை நிறுத்தினார், பச்சை விளக்கு வருவதற்காகக் காத்திருந்தார்.

இதைப் பார்த்த இரண்டாம் நண்பர் வாய்விட்டுச் சிரித்தார், 'நடுராத்திரி, ரோட்ல ஒரு பய இல்லை, டிராஃபிக் கான்ஸ்டபிளும் இல்லை, அப்புறம் எதுக்கு ரெட்லைட்ல நிறுத்தறே? நேராப் போவியா!'

முதல் நண்பர் புன்னகையோடு அதை மறுக்கிறார், 'யார் இருந்தா என்ன, இல்லாட்டி என்ன, சிவப்பு விளக்கைப் பார்த்தா காரை நிறுத்துவேன்னு நான் ஒப்பந்தம் செஞ்சுகிட்டிருக்கேன், அதை மீறமாட்டேன்.'

'யாரோட ஒப்பந்தம் செஞ்சுகிட்டிருக்கே? அரசாங்கத்தோடயா?'

'ம்ஹூம், என்னோடதான்' என்கிறார் முதல் நண்பர். 'மத்தவங்ககிட்ட செஞ்சுக்கற ஒப்பந்தத்தைக்கூட சில நேரங்கள்ல

மீறலாம். நம்மகிட்ட நாம செஞ்சுக்கற ஒப்பந்தங்களை எப்பவும் மீறக்கூடாது.'

நீங்கள் தொழில்துறையில் இருக்கிறவர், சொந்தமாக நிறுவனம் ஒன்றைத் தொடங்கி நடத்துகிறவர் என்றால், பல ஒப்பந்தங்களைப் பார்த்திருப்பீர்கள். உங்களுடன் சேர்ந்து தொழில் செய்கிறவர்கள், உங்களுக்குப் பொருட்களை வழங்குகிறவர்கள், அரசாங்கத்துறையினர் என்று பலருடன் ஒப்பந்தங்களில் கையொப்பமிட்டிருப்பீர்கள்.

சொந்தமாகத் தொழில் செய்யாதவர்களும் சில ஒப்பந்தங்களில் கையொப்பமிடுகிறார்கள். எடுத்துக்காட்டாக, வேலைக்குச் சேரும்போது அந்த நிறுவனத்துடன் நாம் ஓர் ஒப்பந்தம் செய்துகொள்கிறோம், அவ்வளவு ஏன், செல்ஃபோன் இணைப்பு வாங்கும்போதுகூட அந்த செல்ஃபோன் சேவை நிறுவனத்துடன் ஓர் ஒப்பந்தத்தில் கையொப்பமிடுகிறோம்.

சில ஒப்பந்தங்களில் கையொப்பம் தேவையில்லை. ஆனால், மனத்தளவில் அவற்றை நாம் ஏற்றுப் பின்பற்றுகிறோம். எடுத்துக்காட்டாக, திருமணத்தின்போது கணவன் மனைவியுடனும் மனைவி கணவனுடனும் ஓர் ஒப்பந்தத்தில் நுழைகிறார்கள்.

இப்படி ஒவ்வொருவரும் தங்களுடைய வாழ்க்கையில் பல்வேறு ஒப்பந்தங்களைப் பார்த்திருக்கலாம். இவற்றையெல்லாம்விட உயர்வான ஒன்று, நமக்கு நாமே செய்துகொள்கிற சுய ஒப்பந்தங்கள், நான் இதையெல்லாம் செய்வேன், இதையெல்லாம் செய்யமாட்டேன் என்று நாம் நமக்கு அளிக்கிற வாக்குறுதிகள்.

எடுத்துக்காட்டாக, என்னுடைய நண்பர் ஒருவர் விளம்பரங்களை எழுதுகிறவர். ஆனால், மது, சிகரெட் விளம்பரங்களை எழுதுவதில்லை என்று தனக்குத் தானே வாக்களித்துக்கொண்டிருக்கிறார், அதைப் பல ஆண்டுகளாகப் பின்பற்றுகிறார்.

இதேபோல், பொய் சொல்வதில்லை, பிறரை ஏமாற்றிப்

பிழைப்பதில்லை, குழந்தைத் தொழிலாளர்களை ஊக்குவிப்பதில்லை, பிறருக்கு உதவுதல் என்று பல பல சுய ஒப்பந்தங்களை நம்மையும் அறியாமல் செய்து கொண்டிருக்கிறோம்; அவற்றை முறையாகப் பின்பற்றுவதில் ஒரு மகிழ்ச்சி இருக்கிறது.

பல நூற்றாண்டுகளுக்குமுன்னால் வாழ்ந்த, மெக்சிகோவைச் சேர்ந்த *Toltec* மக்களுடைய சிந்தனைகளின் அடிப்படையில் டான் மிகுவெல் ருல்ஜ் என்ற எழுத்தாளர் *'The Four Agreements'*, (நான்கு ஒப்பந்தங்கள்) என்ற புத்தகத்தை எழுதியுள்ளார். அதாவது, மனிதர்கள் ஒவ்வொருவரும் தங்களுக்குத் தாங்களே நான்கு ஒப்பந்தங்களைச் செய்துகொண்டு அவற்றை முறையாகப் பின்பற்றினால் மகிழ்ச்சியான வாழ்க்கை சாத்தியமாகும் என்கிறார்.

சுமார் கால் நூற்றாண்டுக்குமுன்னால் வெளியான இந்தப் புத்தகம் இப்போதும் தொடர்ந்து விற்றுக்கொண்டிருக்கிறது, பலருடைய வாழ்க்கையை நல்லவிதமாக மாற்றியமைத்துக்கொண்டிருக்கிறது. இதன் பொருள், அந்த நான்கு ஒப்பந்தங்களும் எந்தத் தலைமுறைக்கும் பொருந்துபவை என்பதுதான்!

அந்த நான்கு ஒப்பந்தங்கள் என்னென்ன?

முதலில், நம்முடைய சொற்கள் அப்பழுக்கற்றவையாக இருக்கவேண்டும்; அறிந்தோ அறியாமலோ பிறருக்குத் தீங்கு விளைவிக்கக்கூடாது; அவர்களைப்பற்றிப் புரளி பேசக்கூடாது, குற்றம் சொல்லக்கூடாது; மாறாக, அவர்களை முன்னேற்றுவதற்கு நம்மால் என்ன செய்ய இயலுமோ அதைச் செய்து உதவவேண்டும்.

சொற்கள் எவ்வளவு முக்கியம் என்பதை விளக்குவதற்கு ஹிட்லரை எடுத்துக்காட்டாகப் பயன்படுத்துகிறார் டான் மிகுவெல் ருல்ஜ். ஹிட்லர் பயன்படுத்திய தீங்கான சொற்களால் ஒட்டுமொத்த ஜெர்மன் சமூகமும் யூதர்கள்மீது வெறி கொண்டது. இன்னொருபக்கம், காந்தி பயன்படுத்திய சிறந்த

சொற்களால் ஒட்டுமொத்த இந்தியச் சமூகமும் ஆயுதங்களைக் கீழே போட்டுவிட்டு வன்முறையின்றி விடுதலைக்காகப் போராடியது.

இதனால், நாம் சொற்களைக் கவனமாகப் பயன்படுத்தவேண்டும். அவற்றின்மூலம் யாருக்கும் எந்தத் தீங்கும் விளையக்கூடாது, நல்லவை நடக்கவேண்டும் என்றால், ஒவ்வொருமுறை பேசுவதற்கு வாயைத் திறக்கும்போதும் இந்த ஒப்பந்தத்தை நினைவுபடுத்திக்கொள்ளவேண்டும்.

இரண்டாவது, எதையும் தனிப்பட்டமுறையில் எடுத்துக்கொள்ளக்கூடாது. ஒருவர் நம்மைப்பற்றித் தவறாக ஏதேனும் பேசுகிறார் என்றால், உடனே அது நம்முடைய குறை என்று நினைத்து மனம் வருந்தக்கூடாது. பிறருடைய விமர்சனங்களின்மூலம் பாடம் கற்றுக்கொள்ளலாம். ஆனால், அவைதான் உண்மை என்று நினைத்து நம்பிக்கை இழக்கக்கூடாது. ஏனெனில், நம் செயல்கள்தான் நம்முடைய மதிப்பைத் தீர்மானிக்கின்றன; பிறருடைய விமர்சனங்கள் இல்லை.

ஒருவேளை, நாம் இந்த ஒப்பந்தத்தை மீறினால் என்ன ஆகும்? பிறர் நம்மைப்பற்றிச் சொல்கிற அனைத்தையும் நாம் தனிப்பட்டமுறையில் எடுத்துக்கொள்கிறோம் என்றால், அவர்கள் சொல்வதை நாம் ஏற்றுக்கொள்கிறோம் என்று பொருள். ஒருவேளை அவர்கள் தீங்காக ஏதேனும் சொன்னால், அந்தத் தீங்கு நமக்குள்ளும் சென்றுவிடுகிறது என்று பொருள். பிறர் சொல்லும் விஷயங்கள் நம்மைக் குறிப்பதில்லை, அவர்களைத்தான் வெளிப்படுத்துகின்றன என்று புரிந்துகொண்டால், அந்தத் தீய விமர்சனங்களிலிருந்து விலகி நிற்கலாம்.

மூன்றாவது, இது இப்படித்தான் என்று நாமாக ஊகித்துக் கொள்ளக்கூடாது, உண்மையை அறியவேண்டும். அதற்கு வெளிப்படையாகப் பேசவேண்டும், தெரிந்துகொள்ள வேண்டும், அதன் அடிப்படையில்தான் தீர்மானங்களை எடுக்கவேண்டும்.

இவருடைய மனத்தில் இதுதான் இருக்கிறது என்று நாமாக நினைத்துக்கொண்டு செயல்பட்டால் வீணான முரண்கள், ஏமாற்றங்கள்தான் மிஞ்சும்.

பலரும் உண்மையில் என்ன நடக்கிறது என்பதைக் கவனிப்பதுகூட இல்லை. தாங்கள் கேட்க, பார்க்க விரும்புகிறவற்றைத்தான் கேட்கிறார்கள், பார்க்கிறார்கள். அதை உண்மையாக நம்பிச் செயல்படுகிறார்கள், பிறருடன் முரணை உண்டாக்கிக்கொள்கிறார்கள். அந்த நேரங்களில் இந்த ஒப்பந்தத்தைச் சிந்தித்தால், கேள்வி கேட்போம், உண்மையைத் தெரிந்துகொள்வோம்.

நிறைவாக, எப்போதும் நம்மால் இயன்ற மிகச் சிறந்த பணியைச் செய்யவேண்டும். எதிரில் நான்கு பேர் இருந்தாலும் சரி, நாற்பதாயிரம் பேர் இருந்தாலும் சரி, ஓர் இசைக்கலைஞர் தன்னுடைய வாசிப்பைக் குறைத்துக்கொள்வதில்லை. அதைப்போல, எந்தச் சூழ்நிலையிலும் நம்முடைய சிறந்த திறமையை வெளிப்படுத்தவேண்டும்.

ஒருவேளை, அந்தச் சிறந்த திறமை போதுமான பலன்களைத் தராவிட்டால்?

அப்போதும், நீங்கள் உங்கள்மேல் சினம் கொள்ளக்கூடாது. 'நான் என்னால் இயன்ற சிறந்த பணியைச் செய்தேன். தொடர்ந்து செய்வேன்' என்றுதான் நினைக்கவேண்டும். தன்னைத் தானே தண்டித்துக்கொள்வது உங்கள் வாழ்க்கையை மோசமாக்கும், தன்னுடைய சிறந்த பணியை உணர்ந்து, ஏற்றுக்கொள்வதும் தொடர்ந்து சிறப்பாகச் செயல்படுவதும் வாழ்க்கையை இனிமையாக்கும்.

19. ஷின்ரின்–யோகு

வேலை அதிகமா? அழுத்தம் மிகுதியாக இருக்கிறதா? எந்தப் பக்கம் திரும்பினாலும் பரபரப்புதான் தெரிகிறதா? ஓடிக்கொண்டே இருக்கவேண்டும், இல்லாவிட்டால் பிரச்சனைதான் என்று தோன்றுகிறதா?

கவலை வேண்டாம். ஒரு குளியல் போட்டால் எல்லாம் சரியாகிவிடும்.

என்னமாதிரி குளியல்? தண்ணீரிலா? வெந்நீரிலா?

இரண்டும் இல்லை. பசுமையில்!

ஆம். ஜப்பானியர்கள் தங்களுடைய அழுத்தத்தைக் குறைத்துக்கொள்வதற்கு 'ஷின்ரின்-யோகு', அதாவது, 'காட்டுக் குளியல்' என்ற ஓர் உத்தியைப் பயன்படுத்துகிறார்கள், இதன்மூலம் உடல்நலமும் மனநலமும் பெருமளவு மேம்படுவதாகச் சொல்கிறார்கள்.

காட்டுக் குளியல் என்றால், காட்டுக்குப் போய் அங்கு ஓடிக்கொண்டிருக்கிற ஆற்றுத் தண்ணீரில் குளிக்கவேண்டுமா?

முதலில், குளியல் என்றால் நம்மீது தண்ணீரை ஊற்றி அழுக்கைப் போக்கும் செயல் என்கிற வரையறையிலிருந்து வெளியில் வாருங்கள். இங்கு சொல்லப்படும் குளியல் வேறுவிதமானது, அனுபவத்தைக் குறிப்பிடுவது.

எடுத்துக்காட்டாக, ஒரு நல்ல நடன நிகழ்ச்சியைப் பார்க்கும்போது, 'கலை அழகில் குளித்தேன்' என்று சொல்கிறோமில்லையா? இனிமையாகப் பேசுகிற ஒருவரிடம் உரையாடியபின், 'மகிழ்ச்சியில் நனைந்தேன்' என்று நெகிழ்கிறோமில்லையா? அதுபோல, காட்டை, பசுமையை, இயற்கையை முழுமையாக அனுபவிப்பதுதான் ஷின்ரின்-யோகு.

இது ஒன்றும் நமக்குப் பழக்கமில்லாத புதிய விஷயம் இல்லை. முன்பெல்லாம் வேலை அழுத்தத்தில் தடுமாறுகிறவர்கள், அல்லது உடல்நலம் சரியில்லாதவர்கள் கிராமப்புறங்கள், மலைப் பகுதிகளுக்குச் சென்று சில நாட்கள் தங்குவார்கள், உடம்பைத் தேற்றிக்கொண்டு திரும்புவார்கள். அவ்வளவு தீவிரமாக இல்லாவிட்டாலும், வேலைக்கு நடுவில் சில நாட்கள் விடுமுறை போட்டுவிட்டுப் பசுமையான ஓர் இடத்துக்குச் சென்று திரும்பினால் நம்முடைய மனநிலையில் சுறுசுறுப்பில் நல்ல மாற்றம் தெரியும்.

சொல்லப்போனால், நாம் இப்படிப் பசுமையான இடங்களுக்குச் சென்றாலும், அதை முழுமையாக அனுபவிப்பதில்லை. ஏதோ பெயருக்குச் சென்று வருகிறோம், ஆழமாக இயற்கையை அனுபவிப்பதில்லை. அப்போதே நமக்கு இப்படிச் சில நன்மைகள் கிடைக்கின்றன என்றால், உண்மையில் காட்டுக் குளியலை அனுபவித்தால் எப்படிப்பட்ட மகிழ்ச்சி கிடைக்கும் என்று யோசித்துக்கொள்ளுங்கள்.

காட்டில் குளிப்பது எப்படி?

முதலில், ஒரு குறிப்பிட்ட நோக்கத்துக்காகக் காட்டுக்குச் செல்லக்கூடாது. காட்டுக்குச் செல்வதுதான் உங்கள் நோக்கமாக இருக்கவேண்டும்.

எடுத்துக்காட்டாக, காட்டில் சென்று புகைப்படங்களை எடுப்பது, ஆராய்ச்சியில் ஈடுபடுவது, யோகாசனம் செய்வது, நண்பர்கள் கூட்டமாக அமர்ந்து பேசுவது, சாப்பிடுவது, காட்டில் நீங்கள் செய்த துணிகரச் செயல்களை வீடியோவாக ஃபேஸ்புக்கில் போட்டு லைக்குகளை அள்ளுவது… இவையெல்லாம் மகிழ்ச்சி தருகிற செயல்கள்தான். ஆனால், இவற்றைச் செய்யும்போது, நீங்கள் காட்டை அனுபவிப்பதில்லை. அதை ஒரு பின்னணியாகப் பயன்படுத்திக்கொள்கிறீர்கள், அவ்வளவுதான்.

மாறாக, காட்டைப் பார்ப்பதற்காக, கேட்பதற்காக, நுகர்வதற்காக, தொட்டு உணருவதற்காகக் காட்டுக்குச் செல்லவேண்டும், அதன்மூலம் மகிழ்ச்சி இயல்பாக வரவேண்டும், அதுதான் ஷின்ரின்-யோகு-வின் அடிப்படை.

இதனால், காட்டுக் குளியலுக்குச் செல்லும்போது செல்ஃபோன், கேமரா போன்றவற்றைக் கையில் எடுத்துச் செல்லவேண்டாம் என்கிறார்கள். அப்போதுதான் உங்களுக்கும் இயற்கைக்கும் நடுவில் எந்த இடைவெளியும் இருக்காது, நேரடியாக அதை அனுபவிப்பீர்கள்.

அடுத்து, காட்டுக்குள் இதைத்தான் செய்யவேண்டும் என்று எந்தத் திட்டமும் தயாரிக்கவேண்டாம். இலக்கின்றி நடப்பது, கண்ணில் தோன்றுகிற விஷயங்களைக் கவனிப்பது, உணர்வது… இவைதான் உங்கள் இலக்காக இருக்கவேண்டும்.

அதேபோல், அரை மணி நேரத்துக்குள் இந்தக் காட்டைச் சுற்றிப்பார்த்துவிட்டு அடுத்த வேலையைப் பார்க்கப்போகிறேன் என்று அவசரப்படக்கூடாது. நிதானமாக நடங்கள், பிடித்த இடத்தில் சிறிது நேரம் உட்காருங்கள், அடுத்து எங்கு செல்லவேண்டும் என்று யோசியுங்கள், உங்கள் மனம் சொல்லும் திசையில் செல்லுங்கள், எதைக் கவனிக்கவேண்டும் என்று நினைக்கிறீர்களோ, அதைக் கவனியுங்கள், ஒவ்வொரு மரமும், ஒவ்வோர் இலையும், ஒவ்வொரு கொடியும், ஒவ்வொரு மரப்பட்டையும், ஒவ்வொரு பூச்சியும், ஒவ்வொரு பறவையும்,

ஒவ்வொரு விலங்கும் கவனிக்கக்கூடியவை, உங்கள் கண்கள், காதுகள், மூக்கு, கைகள், கால்களுக்குப் புதிய அனுபவத்தை வழங்கக்கூடியவை, திளைக்கத் திளைக்கக் குளியுங்கள்.

எடுத்துக்காட்டாக, எல்லா மரங்களும் பச்சை என்கிறோம். ஆனால், அனைத்தும் ஒரேமாதிரியான பச்சையா? ஒரே மரத்தின் இரண்டு வெவ்வேறு இலைகள் இரண்டு வெவ்வேறு பச்சையில் இருப்பதை, ஒரு மரத்தின் இலை நீளமாகவும் இன்னொரு மரத்தின் இலை குட்டையாகவும் இருப்பதை, வெவ்வேறு தாவரங்கள் வெவ்வேறு உயரங்களில் வளர்வதை, அவை செல்லும் கோணங்களை, சூரிய ஒளி அவற்றில் பட்டுத் திரும்பும் அழகை... இப்படிக் கவனிக்கக் கவனிக்க, நாம் இயற்கையுடன் இணைகிறோம், அமைதியை உணர்கிறோம்.

இந்தக் கட்டுரையில் இதுவரை சொல்லப்பட்டுள்ள அனைத்து விஷயங்களும் எடுத்துக்காட்டுகள்தான். இப்படித்தான் காட்டை அனுபவிக்கவேண்டும் என்று யாரும் எந்த விதிமுறையும் போடமுடியாது, உங்கள் காடு, உங்கள் அனுபவம், அதை நீங்கள்தான் அமைக்கவேண்டும்.

உண்மையில், ஜப்பானில் ஷின்ரின்-யோகு வழிகாட்டிகள் இருக்கிறார்கள். 'நாங்க காட்டையே பார்த்ததில்லை, எங்களுக்கு என்ன தெரியும்?' என்று திகைக்கிறவர்களைக் காட்டுக்கு அழைத்துச்சென்று அதை எப்படி ரசிக்கவேண்டும் என்று கற்றுத்தருகிறார்கள்.

ஆனால், இந்தக் குளியலை மகிழ்ச்சியாக அனுபவிக்கிறவர்களைக் கேட்டால், 'நீங்கதான் உங்களுக்கு வழிகாட்டி' என்கிறார்கள். 'சும்மா காட்டுக்குள் போங்க, மெதுவா நடந்து பாருங்க, ஒவ்வொண்ணையும் கவனிங்க, கொஞ்சங்கொஞ்சமா அதை அனுபவிக்க ஆரம்பிச்சுடுவீங்க.'

ஒருவேளை, நண்பர்கள் ஒன்றாகச் சேர்ந்து காட்டுக்குச் செல்கிறீர்கள், அல்லது குடும்பத்துடன் செல்கிறீர்கள் என்றால், ஒவ்வொருவரும் அவரவர் விருப்பப்படி வெவ்வேறுவகையாகக்

காட்டை அனுபவிக்கலாம், பின்னர் அந்த அனுபவங்களைப் பகிர்ந்துகொள்ளலாம்.

ஆனால், இதெல்லாம் காட்டுப் பகுதிகளுக்கு அருகில் வசிப்பவர்களுக்குத்தானே சரிப்படும்? நாம் நகரத்தில் வசிக்கிறவர்களாக இருந்தால்? அக்கம்பக்கத்தில் எங்கும் காடுகள் இல்லாவிட்டால்?

காட்டுக் குளியல் என்பது இயற்கையோடு இணைதலின் குறியீடுதான். அதற்கு ஒரு பெரிய காட்டுக்குத்தான் செல்லவேண்டும் என்று எந்தக் கட்டாயமும் இல்லை. உங்கள் வீட்டுக்குப் பக்கத்தில் இருக்கும் ஒரு பூங்காவோ, புல்வெளியோ, அவ்வளவு ஏன், வீட்டு வாசலில் அல்லது மொட்டைமாடியில் இருக்கிற சிறு தோட்டம்கூட இயற்கையுடனான உங்கள் இணைப்பைத் தொடங்கிவைக்கக்கூடும், உங்கள் மனத்தை அமைதியாக்கி மகிழ்ச்சியைப் பெருக்கக்கூடும்.

ஷின்ரின்-யோகு-வால் உண்மையில் நன்மை உண்டா? அல்லது சும்மா கதை விடுகிறார்களா?

இதையும் சிலர் ஆராய்ந்திருக்கிறார்கள். நகரச் சூழல்களைவிட இயற்கையும் பசுமையும் நிறைந்த சூழல்களில் இருக்கும்போது நம்முடைய நாடித்துடிப்பு மிதமாகிறது, ரத்த அழுத்தம் குறைகிறது, நரம்புச் செயல்பாடுகள் மேம்படுகின்றன என்று அறிவியல்பூர்வமாகக் கண்டுபிடித்திருக்கிறார்கள்.

அப்புறமென்ன? காட்டைக் கண்டுபிடியுங்கள், அவ்வப்போது குளியல் போடுங்கள், மகிழ்ச்சியையும் மன நிறைவையும் அனுபவியுங்கள்!

20. சங்கிலிகள் நீளட்டும்!

'சிறந்த நகைச்சுவைக் கலைஞராவது எப்படி?' இந்தக் கேள்விதான் பிராட் ஐசக்கின் மனத்தை உறுத்திக்கொண்டிருந்தது.

பிராட் ஏற்கெனவே சில நிகழ்ச்சிகளில் தன்னுடைய நகைச்சுவைகளைச் சொல்லிச் சிறிதளவு புகழ் பெற்றிருந்தார். ஆனால், இந்தத் துறையில் தாம் செல்லவேண்டிய தொலைவு இன்னும் நிறைய இருக்கின்றன என்று அவருக்குப் புரிந்தது. அவர் உழைக்கத் தயார். ஆனால், எப்படி உழைக்கவேண்டும், என்ன செய்யவேண்டும், அந்தத் தொலைவை எப்படிக் கடப்பது என்றெல்லாம் அவருக்குத் தெரியவில்லை.

இந்த நேரத்தில், புகழ் பெற்ற நகைச்சுவைக் கலைஞரான ஜெர்ரி செய்ன்ஃபெல்டைச் சந்திக்கும் வாய்ப்பு பிராடுக்குக் கிடைத்தது. தன் மனத்தில் இருந்த ஆசையை அவரிடம் கொட்டிவிட்டார், 'நான் நல்ல நகைச்சுவைக் கலைஞரா வரணும்ன்னு விரும்பறேன். அதுக்கு நான் என்ன செய்யணும்ன்னு சொல்லுங்க?'

'நல்ல நகைச்சுவைக் கலைஞரா ஆகணும்ன்னா, நல்ல நகைச்சுவைகளை எழுதணும், அவ்ளோதான்' என்று சிரித்தார் செய்ன்ஃபெல்ட். 'நல்ல நகைச்சுவைகளை எழுதணும்ன்னா, ஒவ்வொரு நாளும் எழுதணும். அவ்ளோதான்.'

மேலோட்டமாகக் கேட்கும்போது, இது ஒரு சாதாரண

அறிவுரையாகத் தோன்றுகிறது. ஆனால், செய்ன்ஃபெல்ட் இதைச் சொல்வதுடன் நிறுத்தவில்லை, இந்த அறிவுரையை எப்படிச் செயல்படுத்துவது என்பதற்கான ஒரு நல்ல உத்தியையும் பிராடுக்குச் சொல்லித்தந்தார்.

அந்த உத்தி, இன்றைக்கு 'செய்ன்ஃபெல்ட் உத்தி' என்ற பெயரில் உலகப் புகழ் பெற்றுவிட்டது. நகைச்சுவைக் கலைஞர்கள் மட்டுமில்லை, எல்லாத் துறைகளில் இருக்கிறவர்களும் அதைப் பயன்படுத்தி நல்ல பலன் கண்டிருக்கிறார்கள், பெரிய வளர்ச்சி, முன்னேற்றம், நன்மைகளைப் பெற்றிருக்கிறார்கள்.

அப்படி பிராடிடம் என்னதான் சொன்னார் செய்ன்ஃபெல்ட்?

முதலில், ஒரே தாளில் ஜனவரியிலிருந்து டிசம்பர்வரை 12 மாதங்களும், 365 நாட்களும் இடம்பெறுகிற ஒரு காலண்டரை வாங்கிச் சுவரில் மாட்டவேண்டும். அதற்குப் பக்கத்தில் ஒரு சிவப்புப் பேனாவை வைக்கவேண்டும்.

அதன்பிறகு, நாள்தோறும் நகைச்சுவை எழுதவேண்டும். பின்னர், அந்த நாளின்மீது சிவப்புப் பேனாவால் "X" என்று குறிக்கவேண்டும். அதாவது, 'இன்றைக்கு நான் என்னுடைய நகைச்சுவை எழுத்துப் பணியைச் செய்துவிட்டேன்' என்று தெரிவிக்கவேண்டும்.

மறுநாள், மீண்டும் எழுதவேண்டும், அந்த நாளின்மீது "X" என்று குறிக்கவேண்டும், அடுத்தடுத்த நாட்களிலும் இதையே செய்யவேண்டும்.

இப்படிப் பல நாட்கள் எழுதியபிறகு, உங்களுடைய காலண்டரில் வரிசையாகப் பல "X"கள் தெரியும். பார்ப்பதற்கு அது ஒரு சங்கிலியைப்போல் தோன்றும். அந்தச் சங்கிலியை நீங்கள் ஒருபோதும் உடைக்கக்கூடாது, தொடர்ந்து பல பல நாட்களுக்கு நீட்டிக்கொண்டே செல்லவேண்டும், அதுதான் செய்ன்ஃபெல்ட் உத்தி.

எடுத்துக்காட்டாக, இருபது நாட்கள் எழுதியபிறகு 21வது நாள் எழுதாவிட்டால், அன்றைக்குச் சிவப்பு "X" குறிக்கப்படாது.

அதனால், சங்கிலி உடைந்துபோய்விட்டது என்று பொருள்.

ஒருவேளை, நீங்கள் 22வது நாளில் தொடங்கி மீண்டும் எழுதலாம். ஆனால், அது புதிய சங்கிலி. முதல் 20 நாட்கள் நீங்கள் கஷ்டப்பட்டு உருவாக்கிய சங்கிலி 21வது நாளில் உடைந்துவிட்டது, அதை உங்களால் மீண்டும் சரிசெய்ய இயலாது.

பிராடுக்கு செய்ன்ஃபெல்ட் சொல்லித்தந்த உத்தி இதுதான்: நாள்தோறும் எழுதுங்கள், உங்கள் சங்கிலி உடையாமல் பார்த்துக்கொள்ளுங்கள், தொடர்ச்சியான பயிற்சியால் உங்கள் எழுத்து மெருகேறிக்கொண்டே செல்லும், நீங்கள் சிறந்த எழுத்தாளராக ஆவீர்கள்.

நாம் பிராடைப்போல் நகைச்சுவை எழுதப்போவதில்லை. ஆனால், நம் ஒவ்வொருவருக்கும் வேறு கனவுகள் இருக்கின்றன, அதற்கு நாம் பயிற்சி எடுக்கவேண்டும், அந்தப் பயிற்சியை நாள்தோறும் செய்கிற பழக்கம் மிகப் பெரிய நன்மைகளைக் கொண்டுவரும். அந்தப் பழக்கத்தை உண்டாக்கிக்கொள்வதற்கு நாம் செய்ன்ஃபெல்ட் உத்தியைப் பயன்படுத்தலாம்.

எடுத்துக்காட்டாக, உடல் எடை மிகுந்த ஒருவர் நாள்தோறும் அரை மணிநேரம் நடக்கவேண்டும் என்று விரும்புகிறார். அவர் செய்ன்ஃபெல்ட் சொன்னதுபோல் ஒரு காலண்டரை வாங்கிக்கொண்டு, ஒவ்வொரு நாளும் நடந்து திரும்பியதும் அந்த நாளின்மீது “X” என்று குறிக்கத் தொடங்குகிறார், தன்னுடைய சங்கிலியை உருவாக்குகிறார், அதை உடையாமல் பார்த்துக்கொள்கிறார், அதன்மூலம் அந்தப் பழக்கத்தை நன்கு வளர்த்துக்கொள்கிறார்.

நான்கு மாதங்களுக்குப்பிறகு ஒருநாள், அவருக்கு அலுவலகத்தில் ஏகப்பட்ட வேலை. களைப்புடன் வீடு திரும்புகிறார். அரை மணிநேரம் நடப்பதற்குத் தெம்பு இல்லை.

ஆனால், காலண்டரில் 120 நாட்களாக நீண்டிருக்கும் சங்கிலியைப் பார்த்ததும், அவர் மனம் வேறுவிதமாகப்

பேசுகிறது, 'இந்தச் சங்கிலியை உடைக்கவிடக்கூடாது. கொஞ்சம் மெதுவா நடந்தாலும் பரவாயில்லை, வா' என்று அவரை அழைக்கிறது.

இதுதான் மனித மனநிலை. என்னதான் அது ஒரு கற்பனைச் சங்கிலியாக இருந்தாலும், நாம் உருவாக்கிய சங்கிலி. அது உடைகிறது என்றால் அதற்கு நாம் நேரடிப் பொறுப்பாகிறோம். சங்கிலியின் நீளம் நம் வெற்றி என்றால், சங்கிலி உடைதல் நம் தோல்விதான். அதனால், எப்படியாவது சங்கிலியைத் தொடரவேண்டும் என்று முனைகிறோம்.

பெரிய வெற்றியாளர்கள் எல்லாரும் தொடர்ந்த பயிற்சியைத் தங்களுடைய சாதனைகளுக்கான அடிப்படையாகச் சொல்கிறார்கள். 'ஒவ்வொரு நாளும் சாதகம் செய்தேன், என் குரல் மேம்பட்டது, கடினமான பாடல்களை நன்கு பாடக் கற்றுக்கொண்டேன், புகழ் பெற்றேன்' என்கிறார் ஒரு பாடகர், 'சின்ன வயதில் எனக்குக் கணக்கு என்றால் அவ்வளவு அச்சம். ஆசிரியர் அறிவுரைப்படி நாள்தோறும் இருபத்தைந்து கணக்குகளைப் போட்டுப் பழகினேன். அதன்மீது காதல் வந்துவிட்டது' என்கிறார் இன்னொருவர். 'கல்லூரிக்குச் சென்ற புதிதில் எனக்கு ஆங்கிலம் பேச வராது. என்னுடைய நண்பர்கள் சிலரும் அப்படித்தான். நாங்களெல்லாம் ஒன்றாகச் சேர்ந்து நாள்தோறும் ஒரு மணி நேரம் ஆங்கிலத்தில்மட்டும் பேசுவது, ஒருவர் மற்றவருடைய பிழைகளைத் திருத்துவது, கற்றுக்கொள்வது என்று தீர்மானித்தோம், ஓராண்டுக்குள் எல்லாரும் நன்கு பேசத் தொடங்கிவிட்டோம்' என்கிறார் வேறொருவர். இவை அனைத்தும், தொடர்ச்சியான பயிற்சி நம்முடைய குறைகளைச் சரிசெய்து, திறமைகளை மேம்படுத்தக்கூடிய ஒன்று என்பதற்கான சான்றுகள்.

உங்களுடைய துறை எதுவானாலும் சரி, நீங்கள் மேம்பட விரும்புவது எதுவானாலும் சரி, அதில் நாள்தோறும் பயிற்சி எடுங்கள், ஒரு சங்கிலியை உருவாக்குங்கள், அதை உடையாமல் பார்த்துக்கொள்ளுங்கள், மற்றவற்றை அந்தப் பயிற்சி பார்த்துக்கொள்ளும்!

21. முழுமையான பார்வை வேண்டும்!

சில நாட்களுக்குமுன்னால் இங்கிலாந்து அணிக்கும் இந்திய அணிக்கும் ஒரு டெஸ்ட் கிரிக்கெட் போட்டி நடந்தது. டாஸ் வென்ற இங்கிலாந்து இந்தியாவை மட்டை வீச அனுப்பியது. தொடக்க ஆட்டக்காரர்களான ரோஹித் ஷர்மா 83 ரன்னும் KL ராகுல் 129 ரன்களும் விளாசினார்கள். இந்தியா 364 ரன்களை எடுத்தது.

அடுத்து, இங்கிலாந்து விளையாட வந்தது. அணித்தலைவர் ஜோ ரூட் 180 ரன்கள் குவித்தார். இங்கிலாந்து இந்தியாவைத் தாண்டிச்சென்று 391 ரன்களை எடுத்தது.

ஆனால், அந்த முன்னேற்றம் நெடுநேரம் நீடிக்கவில்லை. இந்தியாவின் இரண்டாம் இன்னிங்ஸில் புஜாரா, ரஹானே ஆகியோர் சிறப்பாக விளையாடி அணியை முன்னேற்றினார்கள். அதன்பிறகு, முகம்மது ஷாமி, ஜஸ்ப்ரித் பும்ரா என்ற இரண்டு பந்துவீச்சாளர்கள் சேர்ந்துகொண்டு இங்கிலாந்து அணியை ஓட ஓட விரட்டினார்கள். பின்னர் அவர்களே பந்துவீச்சிலும் இங்கிலாந்தை மிரளவைத்தார்கள். இந்தியா வெற்றி பெற்றது.

சுயமுன்னேற்றக் கட்டுரையில் எதற்கு இந்தக் கிரிக்கெட் அறிக்கை என்று யோசிக்கவேண்டாம். இந்த நீண்ட முன்னுரைக்கு ஒரு காரணம் உண்டு, அதில் நமக்கு ஒரு பாடமும் உண்டு.

மேற்கண்ட போட்டியில் இந்திய அணி இங்கிலாந்தை வென்றவுடன், 'இது பந்துவீச்சாளர்கள் பெற்றுத்தந்த வெற்றி' என்று எல்லாரும் கொண்டாடினார்கள். ஷாமி, பும்ரா இருவருக்கும் பாராட்டுகள் குவிந்தன, ஏராளமான மீம்கள் அவர்களைப் பெருமைப்படுத்தின.

இந்தப் பாராட்டுகள் அனைத்துக்கும் ஷாமியும் பும்ராவும் தகுதி உள்ளவர்கள்தான், அவர்களைக் கொண்டாடத்தான் வேண்டும். அதில் ஐயமில்லை. ஆனால் உண்மையில், இது முழுக்க முழுக்கப் பந்துவீச்சாளர்கள் பெற்றுத்தந்த வெற்றியா? முதல் நாளில் தொடங்கி மட்டைவீச்சாளர்கள் அமைத்த தளத்தில்தானே இந்த இருவரும் பிரமாதமாக விளையாடி அணியை வெற்றிபெறச் செய்தார்கள்? அப்படியிருந்தும் வெற்றி இவர்களால்தான் வந்தது என்று மக்கள் நினைப்பது ஏன்?

ஆங்கிலத்தில் இதை *Recency Bias* என்கிறார்கள். அதாவது, சமீபத்தில் நடந்த விஷயங்கள் நம் மனத்தில் அழுத்தமாகப் பதிகின்றன, நினைவில் நன்கு தங்குகின்றன, அவற்றுடன் ஒப்பிடும்போது சில நாட்களுக்குமுன் அல்லது சில ஆண்டுகளுக்குமுன் நடந்த விஷயங்கள் மறந்துவிடுகின்றன. எனவே, நமக்கு ஏதேனும் ஒரு நல்லதோ கெட்டதோ நடக்கும்போது, அது சமீபத்தில் நடந்த ஒரு விஷயத்தின் விளைவுதான் என்று எண்ணிவிடுகிறோம்.

அதாவது, டெஸ்ட் போட்டியில் ஐந்தாம் நாள் இந்தியா வெற்றி பெறும்போது, அந்த ஐந்தாம் நாளில் நன்கு விளையாடியவர்கள்தான் அதற்குக் காரணம் என்று நம் மனம் எண்ணிவிடுகிறது; முதல் நாளோ, இரண்டாவது நாளோ நன்கு விளையாடி அடித்தளம் அமைத்தவர்கள் சட்டென்று நினைவுக்கு வருவதில்லை; யாராவது அவர்களைச் சுட்டிக்காட்டினால்தான், 'அட, ஆமாம்ல' என்று நாணத்துடன் சிரிக்கிறோம்.

இதேபோல், நம் அலுவலகத்தில் ஒரு புதிய திட்டத்தைத் தொடங்குகிறோம், அதில் ஓர் ஊழியர் ஆர்வத்துடன்

பங்களிக்கிறார், திட்டம் நன்கு முன்னேறுகிறது, ஓரிரு மாதங்கள் கழித்து, அவர் விடுமுறையில் ஊருக்குச் செல்கிறார், அவருக்குப் பதிலாக இன்னொருவரை அந்தத் திட்டத்தில் சேர்க்கிறோம். அவர் மிகுந்த திறமையுடன் உழைத்து அதை நிறைவு செய்கிறார். அதனால், நம் மனம் அவரைத்தான் அந்த வெற்றிக்குக் காரணமாக எண்ணுகிறது. முன்பு இதற்குப் பங்களித்த முதல் ஊழியரை மறந்துவிடுகிறது. அல்லது அவருடைய உழைப்பைச் சற்றுக் குறைவாக எண்ணிவிடுகிறது.

ஒருவேளை, இந்த விஷயம் அந்த முதல் நபருக்குத் தெரியவந்தால் எவ்வளவு வருந்துவார் என்று எண்ணிப்பாருங்கள். அவருடைய இடத்தில் நீங்கள் இருந்திருந்தால் எப்படி உணர்வீர்கள் என்று சிந்தியுங்கள்.

மறுபக்கம் இன்னோர் எடுத்துக்காட்டையும் யோசிக்கலாம். அதே திட்டம், முதலில் பணியாற்றியவர் மிக மோசமாகப் பணியாற்றிச் சொதப்பிவிடுகிறார், அவருக்குப் பதில் இன்னொருவரைக் கொண்டுவருகிறார்கள், அவர் எவ்வளவோ முயன்றும் திட்டத்தைக் காப்பாற்ற இயலவில்லை, திட்டம் தோல்வியடைகிறது. இப்போது பழியெல்லாம் இரண்டாம் நபர்மீது விழுகிறது, சொதப்பலைத் தொடங்கிவைத்த முதல் நபரை யாரும் நினைக்கவில்லை.

இப்போது, அந்த இரண்டாம் நபருடைய இடத்தில் உங்களைப் பொருத்திப் பாருங்கள். அந்தத் தோல்விக்கு நீங்களும் காரணம் என்பது உண்மைதான். ஆனால், நீங்கள்மட்டும் அதற்குக் காரணம் இல்லை. எனினும், *Recency Bias* காரணமாக மொத்தப் பழியையும் நீங்கள் அனுபவிக்கிறீர்கள்.

ஆக, *Recency Bias* என்பது சிலரை உயரத்தில் தூக்கி வைக்கும், வேறு சிலரைக் கீழே தள்ளித் துன்புறுத்தும், இந்த இரண்டும் சரியில்லை, இந்த *Recency Bias*ஐ ஓரத்தள்ளிவிட்டு நிதானமாக யோசித்தால்தான் யார் உயரம், யார் மட்டம் என்பது நமக்குத் தெளிவாகப் புரியும்.

என்ன செய்யலாம்?

முதலில், வெற்றியோ தோல்வியோ, அதற்குச் சற்று முன்னால் இருக்கிற விஷயத்தைமட்டும் கவனிக்கக்கூடாது, அதைத் தாண்டி இன்னும் ஆழமாகச் செல்லப் பழகவேண்டும், ஒரு முழுமையான பார்வையை உருவாக்கிக்கொள்ளவேண்டும்.

எடுத்துக்காட்டாக, ஒருவர் தேர்தலில் வெற்றிபெற்றுச் சட்டமன்றத்துக்குச் செல்கிறார் என்றால், அந்தத் தேர்தலுக்கு முப்பது நாள் முன்பாக அவர் செய்த பிரச்சாரம்மட்டும்தான் அதற்குக் காரணம் என்று சொல்வது நியாயமாக இருக்காது. அதற்குமுன் அவர் பல மாதங்களாக, அல்லது சில ஆண்டுகளாக அதே ஊரில் மக்களுக்குச் சேவை புரிந்திருக்கலாம், அதன்மூலம் பெற்ற நற்பெயர் தேர்தலில் வாக்குகளாக மாறியிருக்கலாம், இதையும் கவனித்தால்தான் அது முழுமையான பார்வை.

அதற்காக, தேர்தல் பிரச்சாரம் வீண், அது அவருடைய வெற்றிக்குப் பங்களிக்கவில்லை என்று நினைத்துவிடக்கூடாது. ஷாமி, பும்ரா எடுத்த ரன்களும் விக்கெட்களும் இந்திய அணியின் வெற்றிக்குப் பங்களித்ததுபோல், இந்தப் பிரச்சாரமும் பங்களித்திருக்கிறது, ஆனால், அதைத் தாண்டியும் சில காரணங்கள் இருக்கின்றன, அவற்றையும் நாம் கவனிக்கத் தொடங்கவேண்டும்.

இப்படி முழுமையான பார்வையை உருவாக்கிக்கொள்கிறவர்கள் அவசரப்பட்டு எந்த வெற்றி, தோல்வியையும் சமீபத்தில் அதற்குப் பங்களித்தவருடைய தலையில் முழுக்க ஏற்றிவிடமாட்டார்கள், அவர்களுக்குமுன்னால் பங்களித்தவர்களையும் கணக்கில் கொள்வார்கள், அதன் அடிப்படையில் தெளிவான தீர்மானங்களுக்கு வருவார்கள்.

மனிதர்கள் விஷயத்தில்மட்டுமில்லை, இன்னும் பல விஷயங்களில் *Recency Bias* உங்களுடைய தீர்மானமெடுக்கும் திறனைப் பாதிக்கலாம். எடுத்துக்காட்டாக, பங்குச் சந்தையில் முதலீடு செய்கிறவர்கள் முந்தைய சில நாட்களில் நடந்த

விஷயங்களைமட்டும் கருத்தில் கொண்டு தங்களுடைய முதலீடுகளைத் தீர்மானித்தால், அவர்களால் தொலைநோக்குச் சிந்தனையுடன் சந்தையை முழுக்கப் புரிந்துகொண்டு சரியாக முதலீடு செய்து பலன் பெற இயலாது.

ஆக, நம் கண்ணுக்குமுன்னால் உள்ளவை, அல்லது சில நாட்களுக்குமுன்னால் நடந்தவை, நம் நினைவில் உள்ளவற்றை மட்டும் அடிப்படையாகக் கொண்டு சிந்திக்காமல், சற்று விலகி நின்று ஒரு முழுமையான பார்வையை உண்டாக்கிக்கொள்கிறவர்கள் சரியான தீர்மானங்களை எடுப்பார்கள், எதையும் முறையாக ஆராய்ந்து பாடம் கற்றுக்கொள்வார்கள், யாருடைய பங்களிப்பையும் புறக்கணித்துவிடாமல் அனைவரையும் அரவணைத்துச் செல்வார்கள்!

22. ஏனெனில்...

உலகின் மிகப் பெரிய முதலீட்டு வல்லுனர்களில் ஒருவர் வாரன் பஃபெட். அவருடைய முதலீட்டு நுட்பங்களை, உத்திகளைக் கற்றுக்கொண்டு பெரியாள் ஆகிவிடலாம் என்று பலரும் அலைபாய்கிறார்கள். அவரைப்போல் முதலீடு செய்யக் கற்றுத்தருகிறோம் என்று பல நூல்கள் பல்வேறு மொழிகளில் வெளிவந்துள்ளன.

ஆனால், வாரனிடம் இதைப்பற்றிக் கேட்டால், 'சரியான நிறுவனங்களில் சரியான விலையில் முதலீடு செய்வது மிக எளிமையான விஷயம்' என்கிறார். 'அதற்கு நீங்கள் பெரிதாக எதுவும் செய்யவேண்டியதில்லை. ஒரு வெள்ளைத்தாளை எடுங்கள், அதில் நான் இந்த நிறுவனத்தின் பங்குகளை இந்த விலைக்கு வாங்க விரும்புகிறேன் என்று குறிப்பிடுங்கள். அதற்குக் கீழாக, ஏனெனில் என்று எழுதி அதற்கான காரணத்தை எழுதுங்கள். அவ்வளவுதான்.'

மேலோட்டமாகப் பார்க்கும்போது இந்த உத்தி மிக எளிமையாகத் தோன்றலாம். ஆனால், இதைப் பின்பற்றுவது மிகவும் கடினம். ஏனெனில், அந்த 'ஏனெனில்' என்ற சொல்லுக்குப்

பின்னால் என்ன எழுதுவீர்கள்? அந்த நிறுவனத்தின் தன்மை, அவர்களுடைய தொழில், அதிலிருக்கும் சவால்கள், போட்டிகள், வருங்காலச் சாத்தியம், உலகப் பொருளாதாரம், அரசியல் என்று எல்லாம் தெரிந்தால்தானே அந்த நிறுவனத்தின் பங்குக்கு இந்த விலையைக் கொடுக்கலாம் என்பது உங்களுக்கு நியாயமாகத் தோன்றும்?

ஒருவேளை, உங்களுக்கு அதெல்லாம் தெரியாவிட்டால்? பக்கத்து வீட்டுக்காரர் இந்த நிறுவனத்தைப் புகழ்ந்து பேசினார், எதிர்வீட்டுக்காரர் இந்த நிறுவனத்தைப்பற்றி உயர்வாகச் சொன்னார், செய்தித்தாளில் இந்த நிறுவனத்தைப் பாராட்டியிருந்தார்கள், தொலைக்காட்சியில் இந்த நிறுவனத்தின் விளம்பரத்தைப் பார்த்தேன், இந்த நிறுவனத்தைத் தொடங்கியவரை எனக்கு ரொம்பப் பிடிக்கும் என்றெல்லாம் காரணங்களை எழுதுவீர்களா? அப்படி எழுதியபின் அதைப் படித்துப்பார்த்தால் உங்களுக்கே அதிர்ச்சி வராதா? எவரோ சொன்னார்கள் என்பதற்காக நீங்கள் கஷ்டப்பட்டுச் சம்பாதித்த தொகையை ஏதோ ஒரு நிறுவனத்தில் கொண்டுபோய்க் கொட்டுவீர்களா? சரியாக ஆராய்ந்து சரியானபடி முதலீடு செய்வதுதானே அறிவார்ந்த செயலாக இருக்கும்?

அதைத்தான் வாரன் நமக்குக் கற்றுத்தருகிறார். இந்த நிறுவனத்தின் பங்குக்கு இந்த விலையைக் கொடுக்கக் காரணம் என்ன என்று உங்களால் சொல்ல இயலாவிட்டால், அந்த விலை நியாயமானது என்பதை உங்களால் உறுதிசெய்ய இயலாவிட்டால், அங்கு முதலீடு செய்யாதீர்கள் என்கிறார்.

இப்படி யோசியுங்கள்: உங்கள் வீட்டில் நாள்தோறும் காய்கறிகளை வாங்குகிறீர்கள், கீரை, பழங்களை வாங்குகிறீர்கள், அதற்கு ஒரு குறிப்பிட்ட தொகையைச் செலவழிக்கிறீர்கள். உங்கள் கையில் ஒரு வெள்ளைத்தாளைக் கொடுத்து இதற்கான காரணத்தை எழுதச்சொன்னால் எழுதுவீர்களா?

கண்டிப்பாக எழுதுவீர்கள். ஏனெனில், காய்கறிகளில் இருக்கும் நன்மைகள், அதனால் உடலுக்குக் கிடைக்கக்கூடிய

பலன்கள் உங்களுக்குத் தெரியும். எந்தக் காய்க்கு என்ன விலை கொடுக்கவேண்டும் என்பதும் தெரியும். அதனால், உங்களுடைய காய்கறி முதலீட்டை உங்களால் நியாயப்படுத்திவிட இயலும்.

இதேபோல்தான் வாரன் பஃபெட் பங்குச்சந்தை முதலீட்டைப் பார்க்கிறார். சரியானதை வாங்கவேண்டும், சரியான விலையில் வாங்கவேண்டும், இந்த இரண்டில் ஒன்று குறைந்தாலும் அதை விட்டுவிடவேண்டும் என்கிறார்.

'நான் பங்குச்சந்தையிலெல்லாம் முதலீடு செய்வதில்லை. எனக்கு இந்த உத்தி பயன்படாது' என்று அலுத்துக்கொள்கிறீர்களா? வாரன் சொல்லும் உத்தி பங்குச்சந்தைக்கு வெளியிலும் பயன்படும் என்பதுதான் இதில் முக்கியமான ரகசியம்.

எடுத்துக்காட்டாக, நீங்கள் இணையத்தில் அல்லது தொலைக்காட்சியில் ஒரு புதிய செல்ஃபோனின் விளம்பரத்தைப் பார்க்கிறீர்கள். 'அட, இதை வாங்கலாமே' என்று உங்களுக்குள் ஆசை வருகிறது, சட்டென்று கிரெடிட் கார்டை எடுக்கிறீர்கள், செல்ஃபோனுக்கு ஆர்டர் போடத் தொடங்குகிறீர்கள்.

கொஞ்சம் பொறுங்கள், அதற்குமுன்னால், வாரன் சொன்ன வெள்ளைத்தாள் உத்தியைப் பயன்படுத்திப்பார்ப்போம். ஒரு வெள்ளைத்தாளை எடுங்கள். அதில், 'நான் இந்த செல்ஃபோனை இந்த விலைக்கு வாங்க விரும்புகிறேன். ஏனெனில்' என்று எழுதுங்கள். அதற்குப்பின்னால், அந்த செல்ஃபோனை அந்த விலைக்கு வாங்குவதற்கான காரணங்களை எழுதி நியாயப்படுத்துங்கள்.

இந்த எளிமையான பயிற்சி, உங்களுக்கு ஒரு திடுக்கிடவைக்கும் அனுபவத்தைக் கொடுக்கும். அநேகமாக நாம் வாங்க நினைக்கிற பொருட்களில் பாதியை நம்மால் இப்படி நியாயப்படுத்த இயலாது. 'ஏற்கெனவே என்கிட்ட ஒரு செல்ஃபோன் இருக்கு, அது நல்லாத்தான் இயங்கிக்கிட்டு இருக்கு, ஒருவேளை அதை மாத்திட்டுப் புதுசு வாங்கலாம்ன்னாலும், என்னோட பயன்பாட்டுக்கு இவ்ளோ விலை உயர்ந்த ஃபோன் தேவையா?

இன்னும் குறைவான விலையில நல்ல செல்ஃபோன்கள் கிடைக்குதே. அதுல ஒண்ணை வாங்கிட்டு மீதிப் பணத்தை வேற பயனுள்ளவகையில பயன்படுத்தலாமே' என்று யோசிக்கத் தொடங்குவீர்கள்.

இங்கு 'வேற பயனுள்ளவகையில' என்று சொன்னீர்களல்லவா? அதுதான் வாரன் சொல்லும் தந்திரம். அவர் பணத்தைச் செலவழிக்கவேண்டாம், முதலீடு செய்யவேண்டாம் என்று சொல்லவில்லை. பயன் உண்டு என்று உங்களுக்குத் தெரிந்த விஷயங்களில் நம்பிக்கையோடு முதலீடு செய்யுங்கள், மற்ற விஷயங்களிலிருந்து விலகி நில்லுங்கள் என்கிறார். பிறருடைய தாக்கத்தால் தேவையில்லாத முதலீடுகளைச்(அல்லது செலவுகளை)செய்துவிட்டுச் சிரமப்படுவதைவிட, சிந்தித்துச் செயல்படுவது நல்லது என விளக்குகிறார்.

உண்மையில், இன்றைக்கு நாம் செய்கிற பல செலவுகள் தேவையற்றவை. அல்லது அவற்றுக்கு நாம் நியாயமான தொகையைவிட மிகுதியான தொகையைக் கொடுக்கிறோம். ஏனெனில், நம்மைச் சுற்றியிருக்கிறவர்கள் அப்படிச் செலவுசெய்கிறார்கள், அதைப் பார்த்து நாமும் செய்கிறோம். அதற்குப்பதிலாக, வாரன் சொல்லும் வெள்ளைத்தாள் உத்தியைப் பயன்படுத்தினால், ஒவ்வொரு செலவையும் நியாயப்படுத்திவிட்டுச் செலவழிப்போம், அதற்குச் சரியான தொகையைமட்டும் தரப் பழகுவோம்.

அதற்காக ஒவ்வொரு சிறு செலவுக்கும் வெள்ளைத்தாளை எடுக்கவேண்டியதில்லை. மனத்துக்குள் ஒரு கணக்கு ஓடவேண்டும்: இது தேவையான செலவா? ஆம் எனில், இதற்கு நான் அளிக்கும் தொகை சரியானதா? இந்த இரண்டு கேள்விகளுக்கும் ஆம் என்ற பதில் வந்தால் மகிழ்ச்சியாகச் செலவழிக்கலாம், அதன் பயனை அனுபவிக்கலாம். இல்லை என்றால், சிந்தித்துச் சரியான வழியில் செல்லலாம்.

23. நம் திறமை, நம் வாய்ப்பு, நம் வெற்றி

ரமேஷ் அந்தக் கல்லூரியின் மிகச் சிறந்த மாணவர்களில் ஒருவன், முதல் ஆண்டில் தொடங்கி எந்தப் பாடத்திலும் தொண்ணூற்றைந்துக்குக் குறைவாக மதிப்பெண் எடுத்ததில்லை, அனைத்துப் பேராசிரியர்கள், விரிவுரையாளர்களிடமும் நல்ல பெயர், பிரமாதமான பேச்சுத் திறமை, ஆராய்ச்சி மனப்பான்மை, அறிவு, முனைப்பு, உழைப்பு, உலக அறிவு... மொத்தத்தில் ரமேஷ் ஒரு பெரிய வெற்றியாளன்தான்!

ஒவ்வோர் ஆண்டும் பல இந்திய, வெளிநாட்டு நிறுவனங்களைச் சேர்ந்தவர்கள் அந்தக் கல்லூரிக்கு வருவார்கள், இறுதியாண்டு பயிலும் மாணவர்களுக்கு வளாக நேர்காணல் (கேம்பஸ் இன்டர்வ்யூ) நடத்துவார்கள், அவர்களில் நல்ல திறமையாளர்களைப் பிரமாதமான சம்பளம் கொடுத்து அள்ளிக்கொள்வார்கள்.

'இந்த வருஷம் நம்ம காலேஜ்ல முதல் அப்பாயின்ட்மென்ட் ஆர்டர் ரமேஷுக்குதான்' என்று எல்லாப் பேராசிரியர்களும் சொன்னார்கள். 'எந்தக் கம்பெனிக்குக் கொடுத்துவெச்சிருக்குன்னு தெரியலை!'

ஆனால், அவர்கள் நினைத்தது நடக்கவில்லை. காரணம், ரமேஷ் எந்த நேர்காணலிலும் கலந்துகொள்ளவில்லை. வரிசையாகப் பல பெரிய நிறுவனங்கள் வந்தபோதும், அவனைவிடக் குறைந்த திறமையுள்ள மாணவர்களுக்கு மிகப் பெரிய சம்பளத்துடன் வேலை கிடைத்தபோதும் ரமேஷ் கவலைப்படவில்லை, புன்னகையோடு தன்னுடைய படிப்பைக் கவனித்துக்கொண்டிருந்தான்.

இதைப் பார்த்த பேராசிரியர்கள், ரமேஷின் சக மாணவர்களுக்கெல்லாம் ஆதங்கம், 'நீ என்ன முட்டாளா?' என்று உரிமையுடன் கடிந்துகொண்டார்கள், 'உனக்கு என்ன ஆச்சு? ஏன் எந்தக் கேம்பஸ் இன்டர்வ்யூவிலயும் கலந்துக்கமாட்டேங்கறே?'

பல மாதங்களுக்குப்பிறகு, ஒரு குறிப்பிட்ட நிறுவனத்தின் இன்டர்வ்யூவில் பங்கேற்றான் ரமேஷ், சொல்லி அடித்தாற்போல் அப்பாயின்ட்மென்ட் ஆர்டர் வாங்கினான். 'எனக்கு ஏத்த நிறுவனம், வேலை இதுதான், இந்தக் கம்பெனியிலதான் என்னோட திறமைக்கு முழுத் தீனி கிடைக்கும்ன்னு நான் எப்பவோ தீர்மானிச்சுட்டேன். அதனாலதான் இவ்ளோ நாளா மத்த வாய்ப்புகளெல்லாம் வந்தபோதும் கவலைப்படாம இதுக்காகக் காத்திருந்தேன்' என்று விளக்கினான்.

டெட் வில்லியம்ஸ் என்பவர் அமெரிக்காவின் மிகப் பெரிய பேஸ்பால் வீரர்களில் ஒருவர், வியக்கவைக்கும் பல சாதனைகளைப் புரிந்தவர்.

அந்த டெட் வில்லியம்ஸ் *The Science of Hitting* என்ற தலைப்பில் ஒரு புத்தகம் எழுதினார். அதில், பேஸ்பால் விளையாட்டில் தான் பெற்ற வெற்றிக்கான காரணங்களை நுணுக்கமாக விளக்கினார், இளைய தலைமுறையினருக்குப் பாடம் கற்றுத்தந்தார்.

டெட் எழுதிய அந்தப் புத்தகத்தில் இருக்கும் ஒரு படம் மிக முக்கியமானது, அவரைப்போல் அந்தப் படமும் உலகப் புகழ்

பெற்றது. அந்தப் படத்தில் டெட் பேஸ்பால் மட்டையுடன் நிற்கிறார். அவருக்குப் பக்கத்திலிருக்கும் இடம் எழுபத்தேழு கட்டங்களாகப் பிரிக்கப்பட்டிருக்கிறது.

அதாவது, டெட் மட்டை வீசுவதற்காகக் காத்திருக்கிறார், எதிரணியைச் சேர்ந்த ஒருவர் அவரை நோக்கி ஒரு பந்தை வீசுகிறார், அந்தப் பந்து அவருக்குப் பக்கத்தில் இருக்கும் எழுபத்தேழு கட்டங்களில் ஏதோ ஒன்றைத் தொடப்போகிறது.

அந்த எழுபத்தேழு கட்டங்களிலும் வெவ்வேறு எண்களை எழுதிவைத்திருக்கிறார் டெட். சில கட்டங்களில் 400, சில கட்டங்களில் 350, சிலவற்றில் 250, சிலவற்றில் வெறும் 230.

இந்த எண்களெல்லாம் எதற்காக? இவற்றுக்கு என்ன பொருள்?

400 என்ற எண் குறிப்பிடப்பட்டிருக்கும் கட்டத்தை நோக்கி ஒரு பந்து வந்தால், டெட் நம்பிக்கையோடு அதை அடிக்கலாம், அதில் அவருக்கு மிக நல்ல வெற்றி கிடைக்கும்.

ஒருவேளை, அந்தப் பந்து 230 என்ற கட்டத்தை நோக்கி வந்தால்?

அப்போதும் அவர் அடிக்கலாம், ஆனால், குறைவான வெற்றிதான் கிடைக்கும். அதாவது, 400க்கு 230 என்ற அளவில் அவருடைய வெற்றி சாத்தியம் குறைந்துவிடும்.

இதனால், ஒவ்வொரு பந்தையும் டெட் கூர்ந்து கவனிப்பார், ஒருவேளை அந்தப் பந்து 400, 390, 380 போன்ற இடங்களில் வருகிறது என்றால், அடித்து விளாசிவிடுவார். ஏனென்றால், அதுதான் தன்னுடைய திறமை முழுமையாக வெளிப்படும் இடம் என்று அவருக்குத் தெரியும்.

ஆக, பேஸ்பால் வீரரான அவர் தன்னுடைய ஆட்டத் திறமையைத் தெளிவாக அறிந்திருக்கிறார், தனக்குக் கிடைக்கும் பந்து வாய்ப்புகளை ஆராய்கிறார், அவற்றில் தன் திறமை நன்கு வெளிப்படக்கூடிய வாய்ப்புகளுக்காகக் காத்திருக்கிறார்,

அப்படிப்பட்ட வாய்ப்புகள் கிடைக்கும்போது அவற்றை நன்கு பயன்படுத்திக்கொள்கிறார்.

இந்த நுட்பத்தை நாம் பேஸ்பால் களத்துக்கு வெளியிலும் பயன்படுத்திக்கொள்ளலாம்: அங்கும் பல வாய்ப்புகள் நம்மை நோக்கி வருகின்றன, அவற்றில் சரியானவற்றை அடையாளம் கண்டு பயன்படுத்திக்கொண்டால் நாம் நன்கு வெற்றிபெறலாம், ரமேஷைப்போல.

ஆனால், இதைச் சொல்வது எளிது; பின்பற்றுவது கடினம், ஏனெனில், வாய்ப்புகள் அடுத்தடுத்து வரும்போது, நல்ல வாய்ப்புக்காகக் காத்திருக்கிற பொறுமை எல்லாருக்கும் வந்துவிடாது, கிடைக்கிற வாய்ப்புகளையெல்லாம் பயன்படுத்திக்கொள்ளாமல் சும்மா இருக்கிறோம் என்று நம் மனம் துடிக்கும், 'சீக்கிரமா எதையாவது பண்ணு, ஏதாவது ஒரு பந்தைக் குத்துமதிப்பா அடி' என்று தூண்டும்.

சுற்றியிருக்கிறவர்களும் நம்மைச் சும்மா விடமாட்டார்கள். 'அவரைப் பாரு, அந்தப் பந்தை அடிச்சு ஜெயிச்சுட்டார். நீ என்னடான்னா எல்லாப் பந்தையும் பார்த்துக்கிட்டே நிக்கறே, அடிக்கமாட்டேங்கறே' என்று கேலி செய்வார்கள். அவருக்கு அது நல்ல பந்து, நமக்கு அது நல்ல பந்து இல்லை என்பது அவர்களுக்குத் தெரியாது, நமக்குத்தான் தெரியும்.

வருகிற பந்துகள், அதாவது, வாய்ப்புகள் அனைத்தும் ஒரேமாதிரி தோன்றினால் குழப்பம்தான். எது நமக்கு ஏற்ற வாய்ப்பு, நாம் நன்றாகச் செயல்படுவதற்கான சூழ்நிலை எந்த வாய்ப்பில் அமையும் என்றெல்லாம் நாம்தான் சிந்தித்துக் கண்டறியவேண்டும். அதற்கு நமக்கு நம்முடைய திறமைகள், பலங்கள், பலவீனங்கள், விருப்பங்கள், இலக்குகள் ஆகிய அனைத்தும் நன்கு தெரிந்திருக்கவேண்டும், நம்மை நோக்கி வரக்கூடிய வாய்ப்புகளையும் கவனமாகப் பிரித்துப் புரிந்துகொள்ளவேண்டும். டெட் அந்த 77 கட்டங்களை எப்படி வரைந்தார், அதில் எந்தக் கட்டங்களில் தனக்கு மிக நல்ல வெற்றி கிடைக்கும் என்று எப்படிக் கண்டறிந்தார் என்று

யோசியுங்கள், அதைப்போல், நாம் நம்முடைய கட்டங்களை வரையவேண்டும், அதில் நம் திறமை நன்கு வெளிப்படக்கூடிய கட்டங்களை அடையாளம் காணவேண்டும்.

அதன்பிறகுதான் முக்கியமான வேலை, நம் திறமைக்குச் சரியாகப் பொருந்தும் வாய்ப்புகள் வரும்வரை மற்ற வாய்ப்புகளைப் பார்த்துப் பேராசைப்படமாட்டேன், பொறுமையாகக் காத்திருப்பேன் என்று நமக்கு நாமே சொல்லிக்கொள்ளவேண்டும், அதை உறுதியாகப் பின்பற்றவேண்டும்.

சில நேரங்களில், நாம் விரும்பும் வாய்ப்பு அமைவதற்கு நேரமாகலாம். அல்லது கிடைத்த வாய்ப்பைப் பயன்படுத்திக்கொண்டாகவேண்டிய கட்டாயம் ஏற்படலாம். அப்போது, 'இது எனக்கு ஏற்ற வாய்ப்பு இல்லை. ஆனாலும் பரவாயில்லை, அடித்துப் பார்க்கிறேன்' என்கிற எண்ணத்துடன்தான் அடிக்கவேண்டும், அதில் சுமாரான வெற்றிதான் கிடைக்கும் என்ற தெளிவு இருக்கவேண்டும். ஒருவேளை வெற்றி கிடைக்காவிட்டாலோ, தோல்வி கிடைத்துவிட்டாலோகூடக் கவலைப்படவேண்டியதில்லை, 'விரைவில் எனக்குச் சரியான அடுத்த வாய்ப்பு வரும், அப்போது நான் வெல்வேன்' என்று நம்பிக்கையுடன் இருக்கவேண்டும்.

உங்களுடைய திறமை எதில்? எந்தமாதிரியான வாய்ப்புகள் உங்களுக்கு நல்ல வெற்றியைக் கொடுக்கும்? சிந்திக்கத் தொடங்குங்கள், உங்களை நோக்கி வரும் வாய்ப்புகளை ஆராயத் தொடங்குங்கள்.

24. ஸ்பாஞ்ச் ஆவோம்

உங்களுக்கு ஸ்பாஞ்ச் தெரியுமா?

மேசை துடைக்கிற ஸ்பாஞ்ச் இல்லை; கடலில் வாழ்கிற ஓர் எளிமையான உயிரினம் அது. தமிழில் 'பஞ்சுயிரி' என்று அழைப்பார்கள்.

மனிதர்கள், மற்ற பல விலங்குகளுக்கு உள்ளதைப்போல் ஸ்பாஞ்ச்களுக்கு நரம்புகள், எலும்புகள், செரிமான உறுப்புகள், இதயம், ரத்தக் குழாய்கள், கழிவு உறுப்புகளெல்லாம் கிடையாது. ஆனாலும் அவை உயிர்வாழ்கின்றன, அதற்குத் தேவையான உணவைப் பெற்றுக்கொள்கின்றன, தேவையற்ற கழிவுகளை அகற்றுகின்றன. அது எப்படி?

இந்த ஸ்பாஞ்ச்களின் உடலில் பல துளைகள் உள்ளன, அவற்றின் வழியாக நீர் சென்றுகொண்டே இருக்கிறது, அப்படிச் செல்லும் நீரிலிருந்து தனக்குத் தேவைப்படும் உணவையும் ஆக்சிஜனையும் அது பெற்றுக்கொள்கிறது, அதே வழியில் கழிவுகளையும் அகற்றிவிடுகிறது.

அம்பி பரமேஸ்வரன் என்ற எழுத்தாளர் '*SPONGE*' என்ற தலைப்பில் ஒரு புத்தகம் எழுதியிருக்கிறார். அதில் இந்தச்

சிறு உயிரினங்களைப்பற்றி வியப்போடு குறிப்பிடுகிறார், 'இவற்றிடமிருந்து நாம் ஒரு முக்கியமான பாடத்தைக் கற்றுக்கொள்ளவேண்டும்' என்கிறார்.

'அட, அற்ப ஸ்பாஞ்ச் எனக்கு என்ன பாடத்தைக் கற்றுக்கொடுத்துவிடப்போகிறது?' என்று அலட்சியமாக எண்ணவேண்டாம். எப்படி ஸ்பாஞ்ச் தன்னைக் கடந்துசெல்லும் நீரிலிருந்து தனக்குத் தேவையானவற்றைப் பெற்றுக்கொள்கிறதோ, அதைப்போல நாம் நம்முடன் பழகுகிறவர்களிடமிருந்து பல நல்ல விஷயங்களைக் கற்றுக்கொள்ளலாம், அதன்மூலம் வாழ்க்கையில் முன்னேறலாம் என்கிறார் அம்பி பரமேஸ்வரன்.

யோசித்துப்பாருங்கள், ஒவ்வொரு நாளும் நாம் பல்வேறு மனிதர்களைச் சந்திக்கிறோம். அவர்கள் வெவ்வேறு துறைகளில் திறமையாளர்களாக இருக்கிறார்கள். அவர்கள் அனைவரிடமிருந்தும் கற்றுக்கொள்வதற்கு நமக்கு ஒரு விஷயமாவது இருக்காதா? ஸ்பாஞ்ச்போல அதை நாம் கற்றுக்கொண்டுவிட்டால் கொஞ்சங்கொஞ்சமாக நம்மிடம் இருக்கும் திறமைகள் பெருகிக்கொண்டே செல்லாதா? அதுதான் அம்பி பரமேஸ்வரன் சொல்லும் பாடம்.

விளம்பரத்துறையில் பல ஆண்டுகள் பணிபுரிந்த அம்பி பரமேஸ்வரன் பெரிய நிறுவனங்களின் தலைவர்களில் தொடங்கி, தொடக்கநிலை நிறுவனங்களை நடத்தும் இளைஞர்கள்வரை பலருடன் பணிபுரிந்திருக்கிறார். அவர்களிடமிருந்து தான் கற்றுக்கொண்ட விஷயங்கள் தன்னை எப்படி மேம்படுத்தின என்பதைத்தான் இந்தப் புத்தகத்தில் விரிவாக எழுதுகிறார்.

இதைப் படிக்கும்போது, நம்மைச் சுற்றியிருக்கிறவர்களெல்லாம் கணவராக, மனைவியாக, மகனாக, மகளாக, சக ஊழியராக, பேருந்து நடத்துநராக, ஆட்டோ ஓட்டுநராக, உணவகத்தில் சாப்பாடு பரிமாறுகிறவராகத் தெரிவதில்லை, எல்லாரும் ஆசிரியர்களைப்போல் தெரிகிறார்கள், ஒவ்வொருவரிடமும் ஒரு பாடம் இருக்கும் என்று தோன்றுகிறது, அதை உன்னித்துக் கவனித்துக் கற்றுக்கொள்ள மனம் விரும்புகிறது.

இப்படிக் கற்றுக்கொள்வதற்கு *SPONGE* என்ற ஆறு எழுத்துகளை வைத்து ஓர் எளிய சூத்திரத்தையும் அம்பி பரமேஸ்வரன் உருவாக்கியிருக்கிறார்:

S => Super Active Listening. ஒருவரிடம் பேசும்போது அவர் சொல்கிற சொற்களைமட்டும் கேட்டால் போதாது, பேசும் விதம், தொனி என அனைத்தையும் கவனித்துக் கேட்கவேண்டும். ஏதோ ஒரு வேலையைச் செய்துகொண்டு கேட்காமல் உன்னிப்பாகக் கேட்டால்தான் இது புரியும், சொற்களைத் தாண்டிய பல விஷயங்களை அறியலாம்.

எடுத்துக்காட்டாக, ஒருவர் தன்னுடைய யோசனை ஒன்றைப்பற்றிப் பேசும்போது அவருடைய குரலில் தெரியும் பரவசத்தை நாம் கவனித்தால், அந்த யோசனை அவருக்கு எவ்வளவு முக்கியம் என்பது புரியும். அதே மனிதர் இன்னொரு யோசனையைச் சிறிதும் ஆர்வமில்லாமல் பேசுகிறார் என்றால், இதை அவர் விருப்பமின்றிச் செய்கிறார் என்பது புரியும். இரண்டிலும் பேசப்படுகிற சொற்கள் ஒரேமாதிரி இருக்கலாம், ஆனால், கவனித்துக் கேட்கிறவர்களுக்குத்தான் இந்த வேறுபாடு விளங்கும்.

P => Probe and Question. அவர்கள் சொல்வதை வெறுமனே கேட்டுக்கொண்டால் போதாது, அதில் நமக்குப் புரியாத விஷயங்களைத் தெளிவுபடுத்தச்சொல்லிக் கேட்கவேண்டும், துணைக் கேள்விகளைக் கேட்டு அந்த விஷயங்களை இன்னும் ஆழமாகப் புரிந்துகொள்ளவேண்டும்.

ஆனால், நாம் கேட்டால் அவர்கள் பதில் சொல்வார்களா என்று யோசிக்கவேண்டாம். ஒவ்வொருவரும் ஆசிரியர் எனும்போது, ஆசிரியரிடம் தெரியாதவற்றைக் கேட்டுத் தெளிவுபெறுவதுபோல் இவர்களிடமும் கேட்கவேண்டும், யாரும் மறுக்கமாட்டார்கள், மகிழ்ச்சியுடன் கற்றுத்தருவார்கள். ஏனெனில், தங்களுடைய திறமை இன்னொருவருக்குப் பயன்படுகிறது என்பது அவர்களுக்கும் பெருமிதமாகத்தான் இருக்கும்.

O => Observe and Note. நம்மைச் சுற்றி நடக்கிற விஷயங்களைத் தொடர்ந்து கவனித்துக்கொண்டிருக்கவேண்டும், அவற்றுக்கு என்ன காரணம், அவை எதனால் இப்படி நடக்கின்றன என்று ஆராய்ந்து அதிலிருந்து நாம் என்ன தெரிந்துகொள்ளலாம் என்று சிந்திக்கவேண்டும்.

எடுத்துக்காட்டாக, ஒரு நிறுவனத்தின் தலைவர் தனக்குக் கீழ் பணிபுரியும் ஒரு பொறியாளருடைய தோளில் கையைப் போட்டுப் பேசுகிறார் என்றால், அவர் தன்னுடைய தலைமைப்பொறுப்பை எண்ணிச் செருக்கு கொள்வதில்லை, எல்லாரிடமும் இயல்பாகப் பேசிப் பழக விரும்புகிறார் என்பது நமக்குத் தெரிகிறது.

N => New Behaviour to Emulate. மற்றவர்களுடைய பழக்கவழக்கங்களைப் பார்க்கும்போது அவற்றை நாமும் பயன்படுத்திக்கொள்ள இயலுமா என்று சிந்திக்கவேண்டும்.

எடுத்துக்காட்டாக, நீங்கள் ஒருவரிடம் ஒரு வேலையைச் சொல்கிறீர்கள், அவர் உடனடியாக ஒரு நோட்டுப் புத்தகத்தை எடுத்து அந்த வேலையை எழுதிக்கொள்கிறார், அது தொடர்பாகக் கூடுதல் கேள்விகளைக் கேட்டு விளக்கம் பெறுகிறார் என்றால், நம்மிடம் வரும் எந்த வேலையையும் மறந்துவிடக்கூடாது, 'எல்லாம் ஞாபகத்துல இருக்கும்' என்று அலட்சியமாக எண்ணாமல் தேவையான தகவல்களைக் குறித்துவைத்துக்கொள்ளவேண்டும் என்கிற பழக்கம் அவரிடமிருந்து நமக்குக் கிடைக்கிறது.

G => Getting to a Goal. இன்னொருவர் ஒரு நல்ல பழக்கத்தைப் பின்பற்றுகிறார் என்பதால்மட்டும் நாம் அதை அப்படியே பின்பற்றவேண்டியதில்லை. மாறாக, அந்தப் பழக்கம் நம்முடைய வாழ்க்கை இலக்குகளை எட்டுவதற்கு எப்படி உதவும் என்று சிந்திக்கவேண்டும், பொருத்தமான பழக்கங்களைப் பின்பற்றவேண்டும்.

எடுத்துக்காட்டாக, ஒரு கிரிக்கெட் வீரர் நாள்தோறும் 2

மணிநேரம் கிரிக்கெட் பயிற்சி எடுப்பதாகச் சொல்கிறார். அதற்காக நாமும் மட்டையைத் தூக்கிக்கொண்டு ஓடவேண்டியதில்லை. அந்தத் துறையில் ஏற்கெனவே பெரிய அளவில் வெற்றியடைந்த ஒருவர் நாள்தோறும் பயிற்சியில் ஈடுபடுகிறார் என்றால், தொடர்ந்த பயிற்சி ஒரு நல்ல பழக்கம் என்று புரிந்துகொள்ளலாம். அதுபோல் நம் துறையில் நாம் அன்றாடம் எடுக்கவேண்டிய பயிற்சி என்ன என்று சிந்திக்கலாம், அதைப் பின்பற்றி வெற்றியடையலாம்.

E => Expand, Enlarge, Share. இப்படிக் கற்றுக்கொண்ட விஷயங்களைப் பலருக்கும் சொல்லிப் பரப்பவேண்டும், இதன்மூலம் அவை உங்கள் மனத்திலும் அழுத்தமாகப் பதியும், மற்றவர்களுக்கும் பயன்படும்.

இதுதான் ஸ்பாஞ்ச் சூத்திரம். இதைப் பயன்படுத்தி உங்களைச் சுற்றியுள்ளவர்களிடமிருந்து நல்ல விஷயங்களை உறிஞ்சிக்கொள்ள நீங்கள் தயாரா? உலகம்தான் உங்கள் பள்ளிக்கூடம், அக்கம்பக்கத்தில் உள்ள ஒவ்வொருவரையும் கவனிக்கத் தொடங்குங்கள்!

25. பந்து உன் பக்கம்!

நீங்கள் மும்முரமாக ஏதோ வேலை செய்துகொண்டிருக்கிறீர்கள். அந்த நேரத்தில் உங்களுடைய அலுவலக நண்பர் ஒருவர் உங்களைப் பார்க்க வருகிறார், அவருடைய கையில் ஒரு கோப்பு (ஃபைல்). அதை உங்களிடம் நீட்டி, ‘இதுல எனக்கு ஒரு விஷயம் புரியலை; உங்களுக்குப் புரியுதான்னு பாருங்க’ என்கிறார்.

இப்போது, நீங்கள் என்ன செய்வீர்கள்?

உண்மையில் அந்த ஃபைலுக்கும் உங்களுக்கும் எந்தத் தொடர்பும் இல்லை. அது உங்களுடைய நண்பர் கையாளவேண்டிய வேலை.

ஆனால் அதற்காக, அந்த ஃபைலை உங்களால் புரிந்துகொள்ள இயலாது என்றும் சொல்வதற்கில்லை. ஒருவேளை, அதை ஊன்றிப் படித்தால் உங்கள் நண்பருடைய பிரச்சனைக்கு என்ன காரணம் என்று உங்களுக்குப் புரியக்கூடும், அதன்மூலம் அவருடைய குழப்பமும் தீரக்கூடும். அதனால்தான் அவர் உங்களைத் தேடி வந்திருக்கிறார்.

நண்பருக்கு உதவவேண்டும் என்று உங்களுக்கு ஆசைதான். ஆனால், அதற்கு நீங்கள் கொடுக்கவேண்டிய விலை,

உங்களுடைய இப்போதைய வேலை. அதை நிறுத்திவிட்டுதான் நீங்கள் இதைக் கவனிக்க இயலும்.

அதனால், நீங்கள் அந்த ஃபைலைக் கையில் வாங்குவதில்லை. உங்கள் நண்பரைப் பார்த்து அன்பாகச் சிரிக்கிறீர்கள், 'நான் இப்ப கொஞ்சம் வேலையா இருக்கேன். பன்னிரண்டு மணிக்கு இந்த வேலை முடிஞ்சுடும். அதுக்கப்புறம் இந்த ஃபைலைப் பார்க்கறேன். சரியா?' என்கிறீர்கள்.

இது நல்ல பதில்தான். ஆனால், இதன்மூலம் உங்களுடைய தலைவலி முழுக்கத் தீர்வதில்லை: இப்போது இல்லாவிட்டாலும் பன்னிரண்டு மணிக்கு நீங்கள் இந்த ஃபைலைப் பார்க்கத்தான் வேண்டும். அதன்மூலம் உங்களுடைய இன்னொரு வேலை கெட்டுப்போகக்கூடும்.

அதற்குப் பதிலாக, நீங்கள் உங்கள் நண்பரிடம் இப்படிச் சொன்னால் என்ன? 'ஃபைல் இருக்கட்டும், அதுல உங்களுக்கு என்ன புரியலைன்னு ரெண்டு நிமிஷத்துல சுருக்கமாக விளக்குங்க, எனக்குப் பதில் தெரிஞ்சா சொல்றேன்.'

இந்தப் பதிலுக்கும் முந்தைய பதிலுக்கும் என்ன வேறுபாடு?

முதல் பதிலில், அந்த ஃபைலில் இருக்கிற பிரச்சனை உங்கள் நண்பருடைய முதுகிலிருந்து உங்கள் முதுகுக்குத் தாவிவிடுகிறது. பன்னிரண்டு மணிக்கோ, இரண்டு மணிக்கோ, நான்கு மணிக்கோ அதைக் கவனித்துத் தீர்வு சொல்வதாக நீங்கள் ஒப்புக்கொண்டுவிடுகிறீர்கள். அதாவது, உங்கள் முதுகில் ஏற்கெனவே இருக்கிற பல பிரச்சனைகளோடு இன்னொரு பிரச்சனையை இழுத்துப் போட்டுக்கொள்கிறீர்கள். அதைத் தீர்க்கவேண்டிய முழுப் பொறுப்பும் உங்களுடையது.

இரண்டாவது பதிலில், அந்த ஃபைல் பிரச்சனை உங்கள் நண்பருடைய முதுகில்தான் இருக்கிறது. அதை விளக்கிச் சொல்லும் பொறுப்பையும் நீங்கள் அவரிடமே ஒப்படைத்துவிடுகிறீர்கள். அதன்பிறகு, உங்களுக்குப் பதில் தெரிந்தால் சொல்கிறேன் என்று ஒப்புக்கொள்கிறீர்கள்.

ஒருவேளை தெரியாவிட்டால், கையை விரித்துவிடுவீர்கள், நண்பர் தன்னுடைய பிரச்சனையை எடுத்துக்கொண்டு திரும்பிச் செல்லவேண்டியதுதான்.

இந்த நுணுக்கமான வேறுபாட்டால், உங்கள் நண்பர் தன்னுடைய பிரச்சனையை உங்கள்மீது சுமத்த இயலாதபடி தடுத்துவிடுகிறீர்கள். இதனால், உங்களுடைய சொந்தப் பிரச்சனைகளைக் கவனிப்பதற்குப் போதுமான நேரம் கிடைக்கிறது.

இன்றைய அலுவலகங்கள், வீடுகள், கல்லூரிகள், பள்ளிகள் என்று பல இடங்களில் இந்தக் காட்சியைப் பார்க்கலாம்: பலரும் மற்றவர்களுடைய பிரச்சனைகளைத் தங்களிடம் இழுத்துப்போட்டுக்கொண்டு சிரமப்படுகிறார்கள். அதன்பிறகு, நேரம் போதவில்லை, பணி அழுத்தம், மனச்சோர்வு என்று குற்றம் சொல்கிறார்கள்.

அதற்குப் பதிலாக, பிறர் தங்களுடைய பிரச்சனைகளை நம் முதுகில் சுமத்தப் பார்ப்பதையும், பிறருடைய பிரச்சனைகளை நாமாக வலிய இழுத்து முதுகில் வைத்துக்கொள்வதையும் நாம் அடையாளம் காணவேண்டும், அவற்றைத் தவிர்க்கப் பழகவேண்டும்.

அப்படியானால், மற்றவர்களுக்கு உதவி செய்யவே கூடாதா?

செய்யலாம். ஆனால், அந்த உதவியைச் செய்யும்போதும் பிரச்சனை அவருடைய முதுகில்தான் இருக்கவேண்டும். உதவி செய்கிறேன் பேர்வழி என்று அவருடைய வேலையை நாம் செய்துகொண்டிருக்கக்கூடாது.

'ச்சே, அவன் என் நண்பன். அவனோட வேலையை நான் செஞ்சா என்ன தப்பு?' என்று உணர்ச்சிவயப்படாதீர்கள். உங்கள் நண்பர் வேலையை நீங்கள் செய்தால் அது இப்போதைக்கு அவருக்கு மகிழ்ச்சியாக இருக்கலாம், ஆனால், அதை அவரே செய்யக் கற்றுக்கொண்டால்தான் வருங்காலத்தில் அவருக்கு நல்லது.

கொஞ்சம் புரியும்படி சொல்வதென்றால், மிதிவண்டி ஓட்டுகிற ஒருவருக்கு மற்றவர்கள் நன்கு உதவலாம், அறிவுரை சொல்லலாம், நுட்பங்களைக் கற்றுத்தரலாம், ஆனால், கைகளை எங்கு வைப்பது, கால்களை எங்கு வைப்பது, எவ்வளவு அழுத்தத்தில் எப்படி மிதிப்பது, முதுகு எப்படி நிமிர்ந்திருக்கவேண்டும், பார்வை எங்கு இருக்கவேண்டும், எப்போது பிரேக் பிடிக்கவேண்டும் என்றெல்லாம் அவருக்குப் புரியவேண்டும், அதை மற்றவர்கள் செய்யட்டும் என்று விட்டுவிட்டால், அவர் எப்போதும் மிதிவண்டியில் பின் இருக்கையில்தான் உட்காரவேண்டும், பிறரைத்தான் நம்பியிருக்கவேண்டும்.

ஆக, உங்களுடைய நண்பர்கள், உறவினர்கள், அண்ணன், தம்பி, கணவர், மனைவி, மகன், மகள் போன்றோருக்கு நீங்கள் செய்யக்கூடிய மிகப் பெரிய உதவி, அவர்களுடைய பிரச்சனையை உங்கள் முதுகில் ஏற்றிக்கொள்ளாமல் அவர்களுக்கு உதவுவதுதான். இதன்மூலம் அவர்களுக்குத் திறமையும் உதவியும் கிடைக்கும், உங்களுக்கு நேரம் கிடைக்கும்.

ஆங்கிலத்தில், *'Now, the ball is in your court'* என்று ஒரு சொற்றொடர் சொல்வார்கள். இதன் பொருள், நீ பந்தை என்னிடம் அடித்தாய், நான் அதைத் திருப்பி அடித்து உன் பக்கம் அனுப்பிவிட்டேன், இப்போது, நீதான் பந்தை அடிக்கவேண்டும், அது உன்னுடைய பொறுப்பு.

அதுபோல, ஒருவர் பிரச்சனையோடு நம்மிடம் வரும்போது, அந்தப் பந்து நம்முடைய பக்கத்தில் விழுந்துவிடாமல் பார்த்துக்கொள்ளவேண்டும். அவருக்கு வேண்டிய உதவியைச் செய்யலாம், அறிவுரைகளை வழங்கலாம், ஆனால், பந்து அவருடைய பக்கத்தில்தான் இருக்கவேண்டும். இதை நாம் ஒழுங்காகச் செய்தால், நம்முடைய வேலைகளும் சரியாக நடக்கும், பிறருக்கும் நம்மால் நன்கு உதவ இயலும்.

இதில் இன்னொரு கோணம், பிறருடைய வேலைகளை நீங்களே ஏற்றுக்கொண்டு செய்தால், நீங்கள் எவ்வளவுதான் போராடினாலும் ஒரு குறிப்பிட்ட அளவிலான

வேலைகளைத்தான் செய்ய இயலும். மாறாக, பிறருக்கு உதவிமட்டும் செய்யத் தொடங்கினால், ஒரே நேரத்தில் நூறு பேருக்குக்கூட நாம் உதவலாம். நம் திறமை அப்படிப் பயன்படுவதுதான் எல்லாருக்கும் நல்லது.

அதனால், ஃபைலோடு வருகிற அலுவலக நண்பரை வரவேற்று உட்காரவையுங்கள், அவருடன் பேசுங்கள், உதவுங்கள், ஆனால், அந்த ஃபைல் அவர் கையிலேயே இருக்கட்டும். அப்போதுதான் உங்கள் கையில் இருக்கிற ஃபைலுக்குப் போதுமான முக்கியத்துவம் கிடைக்கும்!

26. பளபளப்புக்கு மயங்கவேண்டாம்!

ஒருவர் தன்னுடைய மகன் கையில் நூறு ரூபாயைக் கொடுத்துக் 'கடைக்குப் போய் ஒரு கிலோ சர்க்கரை வாங்கிட்டு வா' என்று சொல்கிறார். அவனும் தலையாட்டிவிட்டுக் கிளம்புகிறான்.

அவருடைய வீட்டிலிருந்து ஐந்து நிமிடத் தொலைவில்தான் அந்த மளிகைக்கடை இருக்கிறது, மெதுவாக நடந்தால்கூடக் கால் மணி நேரத்துக்குள் சர்க்கரையை வாங்கிக்கொண்டு திரும்பிவிடலாம்.

ஆனால், அந்தப் பையன் ஒரு மணிநேரமாகியும் திரும்பி வரவில்லை. அதனால், அவருக்கு முதலில் சினம் வருகிறது, பிறகு, அச்சம் வருகிறது, 'ஒருவேளை, எங்கயாவது விழுந்து அடிபட்டுக்கிட்டானோ' என்று பதற்றத்துடன் கிளம்புகிறார்.

அப்போது, அவன் கதவைத் திறந்துகொண்டு உள்ளே வருகிறான், கையில் சர்க்கரைப் பொட்டலம்.

உடனடியாக, அவருடைய அச்சம் ஓடிப்போய்விடுகிறது, சினம் திரும்பி வருகிறது, 'பக்கத்துல இருக்கிற கடைக்குப் போய்ட்டு வர்றதுக்கு இவ்ளோ நேரமா?' என்று கத்துகிறார்.

‘மன்னிச்சுடுங்கப்பா’ என்கிறான் அவருடைய மகன், ‘கடைக்குப்போற வழியில என்னோட நண்பனைப் பார்த்தேன். அவன்கிட்ட பேசிக்கிட்டிருந்ததுல நேரம் ஓடினதே தெரியலை.’

‘சர்க்கரை வாங்கணும்ங்கறதைக்கூட மறந்து அப்படி என்னடா பெரிய விஷயம் பேசினீங்க?’

‘ஒண்ணுமில்லைப்பா, சும்மா அரட்டைதான்’ என்று சிரிக்கிறான் மகன்.

‘அரட்டை முக்கியமா, வேலை முக்கியமா?’ என்கிறார் தந்தை, ’இனிமே கையில எதாவது வேலை இருந்தா வேற எதுலயும் உன்னோட கவனம் போகக்கூடாது, வேலையை முடிச்சுட்டுதான் மத்த எல்லாம், புரிஞ்சதா?’ என்று மகனுக்கு அறிவுரை சொல்கிறார்.

‘சரிப்பா’ என்று தலையசைத்துவிட்டு அவன் உள்ளே போகிறான். இத்தனையையும் பார்த்துக்கொண்டிருந்த அவனுடைய தாய் தன் கணவரிடம் கேட்கிறார், ‘இன்னிக்கு உங்களோட காரைத் துடைக்கப்போறேன்னு சொன்னீங்களே, என்னாச்சு?’

‘அடடா, சுத்தமா மறந்துட்டேன்’ என்று நாக்கைக் கடித்துக் கொண்டு எழுகிறார் கணவர். ‘இதோ, இப்ப துடைச்சுடறேன்.’

‘அது சரி, ஆனா, கார் துடைக்கணும்ன்னு நினைச்சவர் அதைச் சுத்தமா மறந்தது ஏன்? அது உங்களுக்குப் புரியுதா?’

கணவர் சிறிது யோசிக்கிறார், ‘இதோ இந்த டிவிதான் காரணம்’ என்கிறார். ‘ஏழு மணிச் செய்திகள் பார்க்கறதுக்காக இந்த டிவியைப் போட்டேன். அதுக்கப்புறம் ஏதேதோ நிகழ்ச்சிகள், காமெடி, கிரிக்கெட்ன்னு நேரம் ஓடினதே தெரியலை!’

‘உங்க மகனுக்கும் அதே பிரச்சனைதான். உங்களுக்கு டிவின்னா அவனுக்கு அரட்டை. அவ்ளோதான்’ என்று சிரிக்கிறார் மனைவி, ‘அதனால, வேலை இருக்கும்போது மத்த விஷயத்துல கவனம் செலுத்தக்கூடாது, வேலையை

முடிச்சுட்டுதான் எல்லாம்ங்கற அறிவுரையை உங்களுக்கு நீங்களும் சொல்லிக்கோங்க' என்று மென்மையாக விளக்குகிறார்.

இந்தக் கதையில் வரும் தந்தையையும் மகனையும் நாம் அநேகமாக ஒவ்வொரு வீட்டிலும் பார்க்கலாம், ஒவ்வொரு மனிதருக்குள்ளும் பார்க்கலாம். உளவியலில் இதற்கு ஒரு பெயர்கூட வைத்திருக்கிறார்கள், '*Shiny Object Syndrome.*'

Shiny Object என்றால், பளபளப்பான பொருள், அது கண்ணை ஈர்க்கும், நாம் வேறு ஏதோ வேலை செய்துகொண்டிருக்கும்போது நம்மைச் சுண்டி இழுக்கும், நாமும் செய்கிற வேலையை நிறுத்திவிட்டு அந்தப் பொருளைப் பார்க்கச் சென்றுவிடுவோம், கொஞ்சநேரம் கழித்து இன்னொரு பளபளப்பான பொருளைப் பார்த்துவிட்டு அதற்குப்பின்னால் நடப்போம், இப்படியே சென்றால் ஒருகட்டத்தில் நாம் என்ன வேலை செய்துகொண்டிருந்தோமோ அதை முற்றிலுமாக மறந்துவிடுவோம்.

எடுத்துக்காட்டாக, ஒருவர் மும்முரமாக அலுவலக வேலை செய்துகொண்டிருக்கும்போது செல்ஃபோனில் ஏதோ செய்தி வந்திருக்கிறது என்கிற "டிங்" சத்தம் ஒரு பளபளப்பான பொருளாகச் செயல்பட்டு அவரை இழுக்கிறது. பள்ளி மாணவி ஒருத்தி வீட்டுப்பாடம் எழுதிக்கொண்டிருக்கும்போது வெளியில் அவளுடைய தோழிகள் விளையாடுவதைப் பார்க்கிறாள், அது அவளை இழுத்துவிடுகிறது.

அதற்காக, செல்ஃபோன் பார்ப்பதோ, விளையாடுவதோ தவறு என்று பொருள் இல்லை. ஆனால், நாம் வேறொரு முக்கியமான வேலையில் மனத்தை ஊன்றியிருக்கும்போது இந்தப் பொருட்களின் பளபளப்பு நம்மை ஈர்க்கக்கூடாது, அதை முடித்துவிட்டுத்தான் இன்னொன்று என்று உறுதியாக எண்ணினால்தான் அந்த வேலையை நன்கு செய்வதற்கான கவனம் நமக்குக் கிடைக்கும்.

கிரிக்கெட் போட்டிகளில் மட்டை வீசுபவருக்கு எதிரில்,

பந்துவீசுபவருக்குப் பின்னால் *'Sight Screen'* (பார்வைத் திரை) என்று ஒன்றை வைத்திருப்பார்கள், பார்த்திருக்கிறீர்களா? பந்துவீச்சாளர் வீசுகிற பந்தை மட்டைவீச்சாளர் தெளிவாகப் பார்ப்பதற்கும், அதைச் சரியாகக் கணித்து நன்றாக விளையாடுவதற்கும் இந்தத் திரை உதவுகிறது, மற்ற கவனச் சிதறல்களை நீக்கிவிடுகிறது.

இதேபோல், குதிரைகளுடைய கண்களின் இரு பக்கங்களிலும் தோலால் ஆன பட்டைகளைப் பொருத்தியிருப்பார்கள். இதனால், அந்தக் குதிரைகளால் முன்னால்மட்டும்தான் பார்க்க இயலும், பக்கங்களில் பார்க்க இயலாது, கவனச் சிதறல்கள் இல்லாமல் குதிரை நன்கு முன்னோக்கி ஓடுவதற்காக இப்படிச் செய்கிறார்கள்.

கதை, கவிதை எழுதுகிற சிலர் தனி அறையில் சென்று அமர்ந்துகொள்வார்கள், கணினியில் வேலை செய்கிற சிலர் காதில் மென்மையான இசையை ஒலிக்கவிடுவார்கள், இவையெல்லாம் தேவையில்லாத ஒலிகளைத் தவிர்த்து வேலையில் கவனம் செலுத்துவதற்கான ஏற்பாடுகள்.

இப்படிக் கண், காதைமட்டும் கட்டினால் போதாது, பளபளப்பான பொருட்களால் ஈர்க்கப்படும் மனத்தையும் கட்டவேண்டும். ஏனெனில், புதிதான, வழக்கத்துக்கு மாறான, ஆர்வத்தைத் தூண்டுகிற எதையாவது பார்க்கும்போது, 'இது மிகவும் முக்கியமானது, இதை உடனடியாகக் கவனி' என்று அந்த மனம்தான் நம்மை இழுக்கிறது. அந்த நேரத்தில், 'இதை நான் அப்புறம் கவனிக்கிறேன், இப்போது எனக்கு வேறு வேலை இருக்கிறது, அதை நிறைவுசெய்தபின் பார்க்கலாம்' என்று சொல்லிப் பழகவேண்டும்.

வழக்கமான வேலைகளில்மட்டுமின்றி, வேறு பல முக்கியமான தீர்மானங்களிலும் இந்த *Shiny Object Syndrome* குறுக்கிடலாம். எடுத்துக்காட்டாக, ஒருவர் சொந்தத் தொழில் செய்யலாம் என்று தீர்மானித்து அதற்காக உழைத்துக்கொண்டிருக்கிற நேரத்தில், 'அந்தப் பெரிய கம்பெனியில நல்ல வேலை இருக்காம்,

உனக்கு அது ரொம்பப் பொருத்தமா இருக்கும், வா, வந்து விண்ணப்பம் போடு' என்று அவருடைய மனம் அவரை இழுக்கக்கூடும், அதனால் கவரப்பட்டு அவர் தன்னுடைய கனவை மறந்துவிடக்கூடும். அல்லது முயற்சியைப் பாதியில் நிறுத்திவிடக்கூடும்.

ஒருவேளை, அது நல்ல வேலையாகக்கூட இருக்கலாம். ஆனால், அவர் இன்னொரு விஷயத்தில் முனைப்புடன் உழைக்கிற நேரத்தில் அது கண்டிப்பாகக் கவனச் சிதறல்தான். நாளைக்கே அவர் அந்த வேலையில் சேர்ந்தபின் வேறொரு பெரிய நிறுவனத்தில் இன்னொரு வேலை கிடைக்கிறது என்றதும், அவருடைய மனம் அதை விரும்பத் தொடங்கிவிடும். இப்படி மாறி மாறித் தாவிக்கொண்டிருக்கிற இந்தச் சுழலைத்தான் நாம் நிறுத்தவேண்டும், பளபளப்பைமட்டும் பார்க்காமல் அந்தச் சூழலுக்கு எது சரி, எது தவறு என்று சிந்தித்துத் தீர்மானிக்க வேண்டும்.

27. அறிவும் அறிவும் கைகோக்கட்டும்

இன்று இரவு பிரெட் டோஸ்ட் சாப்பிடலாம் என்று ஆசைப்படுகிறீர்கள். பிரெட் வாங்குவதற்காக ஒரு கடைக்குள் நுழைகிறீர்கள். அங்கு ஏழெட்டுவிதமான பிரெட்களை அடுக்கிவைத்திருக்கிறார்கள். அவற்றுள் எதை வாங்குவது என்று எப்படித் தீர்மானிப்பீர்கள்?

முதலில், மைதா மாவு பிரெட்டா, கோதுமை மாவு பிரெட்டா என்று யோசிப்பீர்கள்; அதில் பயன்படுத்தப்பட்டிருக்கும் பொருட்கள் இயற்கை (ஆர்கானிக்) முறையில் தயாரிக்கப்பட்டனவா என்று கவனிப்பீர்கள்; அடுத்து, அதில் இனிப்பு கலந்தது வேண்டுமா, கலக்காதது வேண்டுமா என்று யோசிப்பீர்கள்; நான்காவதாக, அதில் ஏதேனும் தேவையில்லாத, உடலுக்குக் கெடுதலைச் செய்கிற வேதிப்பொருட்கள் கலக்கப்பட்டிருக்கின்றனவா என்று பார்ப்பீர்கள்; அதைச் சாப்பிட்டால் எத்தனை கலோரி உடலில் சேரும் என்று கவனிப்பீர்கள்.

இதையெல்லாம் சிந்தித்தபிறகு, விலையைப் பார்ப்பீர்கள்,

எடையைப் பார்ப்பீர்கள். ஒரு பிரெட்டுக்கு நியாயமாக நீங்கள் தர விரும்பும் விலையுடன் அது பொருந்திப்போகிறதா என்று சிந்திப்பீர்கள்.

நிறைவாக, அந்த பிரெட் எந்த நாளில் தயாரிக்கப்பட்டிருக்கிறது, அதை எத்தனை நாள் வைத்திருந்து சாப்பிடலாம் என்று பார்ப்பீர்கள், இயன்றவரை இன்றைக்குத் தயாரிக்கப்பட்ட புதிய பிரெட்டைப் பார்த்து வாங்குவீர்கள்.

இப்படிப் பலவிதமாகச் சிந்தித்து வாங்கிய பிரெட்டை நீங்கள் நேரடியாகத் தோசைக்கல்லில் போடுவதில்லை. பாக்கெட்டைப் பிரித்ததும் அது நன்றாக இருக்கிறதா, கெட்டுப்போய்விட்டதா என்று கண்ணால் பார்த்து, மூக்கால் முகர்ந்து, கையால் தொட்டுப்பார்த்துத் தீர்மானிக்கிறீர்கள். இதைச் சமைக்கலாம் என்கிற மன நிறைவு வந்தபிறகுதான் அதை டோஸ்ட் ஆக்குகிறீர்கள்.

சரி, இப்போது, அந்த டோஸ்டைச் சாப்பிட்டபடி இந்தக் கேள்வியை அசைபோடுங்கள்: இந்தப் பிரெட் பொட்டலத்தை வாங்கிச் சமைப்பதற்கு உங்களுக்கு என்னென்ன அறிவுகள் தேவைப்பட்டன?

'பிரெட் வாங்குவதற்கு எதற்கு அறிவு?' என்று குழம்பவேண்டாம். 'அறிவு' என்ற சொல்லைக் கேட்டதும் நம் மனம் பள்ளி, கல்லூரி, தேர்வு, மதிப்பெண், பட்டம் என்று ஓடிவிடுகிறது. ஆனால் உண்மையில், அறிவு என்ற சொல்லின் பொருள் மிக விரிவானது. பலவிதமான அறிவுகள் உள்ளன, அவற்றை நாம் நாள்தோறும் பயன்படுத்துகிறோம்.

எடுத்துக்காட்டாக, இந்தப் பிரெட் பொட்டலத்தை வாங்கிச் சமைப்பதற்கு உங்களுக்கு இத்தனை அறிவுகள் பயன்பட்டிருக்கின்றன:

★ ஒரு பிரெட்டைத் தயாரிக்கும்போது அதில் என்னென்ன கலப்பார்கள், அதில் எவையெல்லாம் நல்லவை, எவையெல்லாம் கெட்டவை, எவையெல்லாம் நமக்குப்

பிடிக்கும், எவையெல்லாம் பிடிக்காது என்கிற உணவுப் பொருட்கள், விருப்பங்கள் சார்ந்த அறிவு

★ பிரெட்டின் எடையையும் விலையையும் கணக்கிட்டுப் பார்த்து, இதற்குமுன் நாம் வாங்கிய பிரெட்களுடன் அதை ஒப்பிட்டுப் பார்த்து இது சரியான விலையா என்று தீர்மானிக்கும் மதிப்பு, பொருளாதார அறிவு

★ சமீபத்தில் தயாரிக்கப்பட்ட பிரெட்டை வாங்கினால் அதிக நாள் வைத்திருந்து பயன்படுத்தலாம் என்கிற எதார்த்த அறிவு

★ ஒரு பிரெட் எப்படி இருந்தால் சமைக்கலாம், எப்படி இருந்தால் சமைக்கக்கூடாது என்கிற அனுபவ அறிவு

இதேபோல் நாம் அன்றாடம் செய்கிற ஒவ்வொரு வேலைக்கும் பலவிதமான அறிவுகள் தேவைப்படுகின்றன, நம்மையும் அறியாமல் அவற்றைச் சரியான நேரத்தில் வரவழைத்துச் சரியாகப் பயன்படுத்திக்கொள்கிறோம்.

இங்கு நாம் கவனமாகப் புரிந்துகொள்ளவேண்டிய இன்னொரு விஷயம், இந்த அறிவுகளைத் தனித்தனியாகப் பயன்படுத்தினால் போதாது, கலந்து பயன்படுத்தவேண்டும், அப்போதுதான் முழுப் பலன் கிடைக்கும்.

எடுத்துக்காட்டாக, சிறப்பான உட்பொருட்களைக் கொண்ட ஒரு பிரெட்டுக்கு ஆயிரம் ரூபாய் விலை கொடுத்து வாங்குவீர்களா? அல்லது மலிவாக இருக்கிறது என்பதற்காக ஒரு மோசமான, உடலுக்குத் தீங்கு செய்கிற பிரெட்டை வாங்குவீர்களா? இந்த இரு அறிவுகளும் ஒருங்கிணைந்தால்தான் முழு நன்மை.

பெருநிறுவனங்களில் *"Information Silos"* என்ற சொல்லை அடிக்கடி கேட்கலாம். சைலோ என்றால் களஞ்சியம், இன்ஃபர்மேஷன் சைலோ என்றால் தகவல் களஞ்சியம்.

ஒரே பிரச்சனை, பல நேரங்களில் இந்த சைலோக்கள் ஒன்றோடொன்று பேசுவதில்லை. அதாவது, ஒரு களஞ்சியத்தில்

எவ்வளவுதான் தகவல் இருந்தாலும், அது பக்கத்துக் களஞ்சியத்துடன் உரையாடாது, அங்கிருக்கும் தகவல்களைப் பயன்படுத்திக்கொள்ளாது.

நீங்கள் ஒரு நகை வாங்கப்போகிறீர்கள்; உங்களுடைய நண்பர் ஒருவர் அழகான நகைகளைப் பார்த்துத் தேர்ந்தெடுக்கக்கூடிய ரசிகர்; இன்னொரு நண்பர் நன்கு பேரம் பேசிச் சரியான விலையில் நகைகளை வாங்கக்கூடிய திறமைசாலி; இந்த இருவரையும் கடைக்கு அழைத்துச்சென்றால் உங்களுக்கு அழகான நகை சரியான விலையில் கிடைக்கும்.

ஒருவேளை, அந்த இரு நண்பர்களும் சண்டை போட்டுக்கொண்டிருந்தால்? ‘அவன் கடைக்கு வந்தா நான் வரமாட்டேன்’ என்று பிடிவாதம் பிடித்தால்? இருவருடைய திறமைகளும் உங்களுக்குப் பயன்படாதல்லவா? இதைத்தான் இன்ஃபர்மேஷன் சைலோஸ் என்கிறார்கள்: தனித்தனியே பல தகவல் களஞ்சியங்கள் இருக்கும், அவை ஒன்றோடொன்று பேசாது, அதனால், நமக்கு முழுப் பலன் கிடைக்காது.

இன்ஃபர்மேஷன் சைலோஸை உருவாக்கவேண்டும் என்று யாரும் விரும்புவதில்லை. ஆனால், ஒவ்வொருவரும் தங்களுடைய களஞ்சியங்களில் கவனம் செலுத்தும்போது, அவை ஒட்டுமொத்தமாகப் பலன் தருகின்றனவா என்பதை யாரும் கவனிப்பதில்லை. அதனால், ‘தனித்தனியாப் பார்த்தா எல்லாம் நல்லாதான் இருக்கு; ஆனா, மொத்தமாச் சேர்த்துப் பார்க்கும்போது சரிப்படலை’ என்கிற நிலைமை.

முதலில், தனிப்பட்டமுறையில் நாம் ஒரு சைலோ-வாக மாறிவிடக்கூடாது. நாம் நம்முடைய துறையில் அல்லது துறைகளில் மிகப் பெரிய அறிவாளியாக இருந்தாலும் சரி, அதைப் பிறருடன், அவர்களுடைய அறிவுடன் சேர்த்துப் பயன்படுத்தக் கற்றுக்கொள்ளவேண்டும், அதற்கு நம் மனத்தைத் திறந்துவைக்கவேண்டும், நாம் பிறரோடு உரையாடி அவர்களுடைய அறிவைப் பெறுவது, பிறர் நம்முடன் உரையாடும்போது நம் அறிவைப் பகிர்ந்துகொள்வது ஆகிய

இரண்டு வழிகளிலும் சிறப்பாகச் செயல்படவேண்டும்.

அடுத்து, அக்கம்பக்கத்தில் உள்ளவர்கள் சைலோ-க்களாகச் செயல்படுவதைப் பார்க்கும்போது, அதை இதமாகச் சுட்டிக்காண்பிக்கவேண்டும், தனியாகச் செயல்படுவதைவிடச் சேர்ந்து செயல்படுவதில்தான் பல நன்மைகள் உள்ளன என்று புரியவைக்கவேண்டும், அதற்கான வழிகளைக் கற்றுத்தரவேண்டும்.

எடுத்துக்காட்டாக, உங்கள் உறவினர் ஒருவர் ஏதோ ஒரு புத்தகத்தை மும்முரமாகப் படித்துக்கொண்டிருக்கிறார். பின்னர் அவர் ஓய்வாகக் காபி குடித்துக்கொண்டிருக்கும்போது, ‘அந்தப் புத்தகத்தைப்பத்திக் கொஞ்சம் சொல்லுங்களேன்’ என்று கேட்கலாம். அதை உங்களுக்கு விளக்குவதன்மூலம் அவர் ஓர் இன்ஃபர்மேஷன் சைலோ-வாக மாறிவிடாமல், தான் கற்றதைப் பிறருக்கும் சொல்லித்தருகிற ஒருவராக ஆவார், உங்களுக்கும் ஐந்நூறு பக்கப் புத்தகத்தைப் பத்து நிமிடத்தில் கற்றுக்கொண்ட நன்மை கிடைக்கும்.

இதுபோல் அன்றாட வாழ்க்கையில் இன்ஃபர்மேஷன் சைலோக்களும் ஏராளம், அவற்றை உடைப்பதற்கான வழிகளும் ஏராளம். அறிவு இப்படிப் பெருகும்போது அது உலகுக்குப் பெரிய அளவில் பயன்படும்.

28. என்னோடு பழகுங்கள்!

ஒருவர் வேலைக்காக ஒரு பெரிய நிறுவனத்தில் விண்ணப்பம் போடுகிறார். நேர்முகத்தேர்வுக்கு (இன்டர்வ்யூ) வரச்சொல்லிக் கடிதம் வருகிறது. அங்கு சென்று இன்டர்வ்யூவில் கலந்துகொள்கிறார், தன்னுடைய திறமையைக் காண்பிக்கிறார். அந்த நிறுவனத்துக்கு அவரை மிகவும் பிடித்துப்போய்விடுகிறது. ‘கங்க்ராஜுலேஷன்ஸ், இந்த வேலை உங்களுக்குத்தான்’ என்று வாழ்த்திப் பணி நியமனக் கடிதத்தை அவரிடம் நீட்டுகிறார்கள். அவரும் அந்தக் கடிதத்தை வாங்கிக்கொண்டு மகிழ்ச்சியாக வீடு திரும்புகிறார்.

அப்போது, அவருக்கு இன்னொரு பெரிய நிறுவனத்திலிருந்து தொலைபேசி அழைப்பு வருகிறது, ‘போன வாரம் எங்க கம்பெனியில இன்டர்வ்யூல கலந்துக்கிட்டீங்களே, நினைவிருக்கா? அந்த வேலையை உங்களுக்குத் தர்றதா தீர்மானிச்சுட்டோம், அப்பாயின்ட்மென்ட் ஆர்டரை ஈமெயில்ல அனுப்பியிருக்கோம், நாளைக்கே நீங்க வேலையில சேரலாம்.’

இப்போது, அந்த மனிதர் என்ன செய்வார்? இரண்டில் எந்த வேலையில் சேர்வார்?

இரண்டும் பெரிய நிறுவனங்கள்தான், இரண்டிலும் நல்ல வேலை, நல்ல சம்பளம், வசதிகள், ஆனாலும் இவற்றில் ஒன்றைத்தான் அவர் தேர்ந்தெடுக்கவேண்டும், அதற்கு அவர் பல விஷயங்களைச் சிந்தித்துப்பார்க்கவேண்டும், அதன் அடிப்படையில் எந்த வேலை சிறந்தது என்று தீர்மானிக்கவேண்டும்.

ஆங்கிலத்தில் இதை *EVP (Employee Value Proposition)* என்கிறார்கள். ஊழியர் ஒருவர் தன்னுடைய வருங்கால நிறுவனத்தை எடைபோடுவதற்கும், 'நான் இந்த நிறுவனத்தில் ஏன் சேரவேண்டும்?' என்று சிந்தித்துப் பார்த்துத் தீர்மானிப்பதற்கு இது உதவுகிறது.

'என்னது? ஊழியர் நிறுவனத்தை எடைபோடுவதா?' என்று திகைக்கவேண்டாம். நிறுவனங்கள் தங்களிடம் நேர்காணலுக்கு வரும் ஊழியர்களை எடைபோடுவதுபோல, ஊழியர்களும் தங்களை நேர்காணல் செய்யும் நிறுவனங்களை எடைபோட்டுத்தான் தீர்மானிக்கிறார்கள். சம்பளம், மற்ற வசதிகள், பதவி உயர்வு, சம்பள உயர்வுக்கான வாய்ப்புகள், வெளிநாடு செல்லும் வாய்ப்பு, அலுவலகம் உள்ள இடம், செய்யும் பணி, அதன்மூலம் கிடைக்கும் மன நிறைவு, வேலைப் பளு, மேலாளருடைய தன்மை என்று இன்னும் பல விஷயங்கள் இந்த *EVP*ல் இடம்பெறுகின்றன. இவை அனைத்தும், அல்லது இவற்றில் பெரும்பாலானவை நன்றாக இருந்தால்தான் ஊழியர்கள் அந்த நிறுவனத்தில் சேருவார்கள், இல்லாவிட்டால், *EVP* சிறப்பாக உள்ள வேறொரு நிறுவனத்துக்குச் சென்றுவிடுவார்கள்.

இந்த விஷயத்தை நிறுவனங்களும் நன்கு அறிந்திருக்கின்றன. நல்ல திறமையுள்ள ஊழியர்கள் இருந்தால்தான் தங்களால் சிறப்பாக வளர இயலும் என்பதால், தங்களுடைய *EVP*ஐ நன்றாக அமைப்பதற்கு மிகவும் மெனக்கெடுகிறார்கள்.

உங்களுக்கு ஐயமாக இருந்தால், இணையத்தில் எந்தவொரு பெரிய நிறுவனத்தின் தளத்தையும் திறந்து பாருங்கள், அதில்

உள்ள '*Careers*' (வேலை வாய்ப்புகள்) என்ற பக்கத்தைக் க்ளிக் செய்யுங்கள், 'நாங்கள் இப்படியாக்கும், அப்படியாக்கும்' என்று அவர்கள் தங்களைப்பற்றிப் பெருமையடித்துக்கொள்வதைக் காணலாம், அதன்மூலம் அவர்கள் தங்களுடைய வருங்கால ஊழியர்களைக் கவர்ந்திழுக்க முயல்வதைப் புரிந்துகொள்ளலாம்.

ஆக, என்னதான் பெரிய நிறுவனமாக இருந்தாலும் அவர்கள் தங்களுடைய *EVP*ஐச் சரியாக அமைக்கவேண்டும், அப்போதுதான் மற்றவர்கள் அவர்களிடம் வேலைக்குச் சேர்வார்கள்.

பெரிய நிறுவனங்களுக்கே இதுதான் நிலைமை என்றால், உங்களுடைய, என்னுடைய கதையைச் சிந்தித்துப் பாருங்கள், மற்றவர்கள் நம்முடன் ஏன் பழகவேண்டும்? நம்முடைய *PVP* அதாவது, *Personal Value Proposition* என்ன?

PVP என்றால், நம்முடைய தகுதிகள், திறமைகளைப் பட்டியலிடுவதுதான், அதன்மூலம் 'நீங்கள் என்னுடன் பழகலாம், என்னுடன் நண்பராக இருக்கலாம், என்னுடன் சேர்ந்து தொழில் செய்யலாம்' என்று பிறரை வரவேற்பதுதான். எப்படி *EVP*ஐப் பார்த்து மக்கள் ஒரு நிறுவனத்தில் சேர்கிறார்களோ, அப்படிதான் *PVP*ஐப் பார்த்து மக்கள் நம்மோடு பழகுவார்கள்.

உங்களைச் சுற்றியிருக்கிற நண்பர்கள், உங்களுக்கு மிக நெருக்கமான உறவினர்களைச் சற்று சிந்தியுங்கள். அவர்களுடன் நீங்கள் இந்த அளவு நன்றாகப் பழகுகிறீர்கள் என்றால், அதற்கு ஒரு காரணம் இருக்கும், அல்லது, பல காரணங்கள் இருக்கும்.

எடுத்துக்காட்டாக, ஒருவர் சிரிக்கச் சிரிக்கப் பேசுவார், அவர் இருக்கும் இடம் மகிழ்ச்சியாக இருக்கும், இன்னொருவர் எந்தப் பிரச்சனை என்றாலும் நன்கு அலசித் தீர்வுகளைச் சொல்வார், இன்னொருவர் ஆறுதல் சொல்லி நம்மைத் தேற்றுவார், இன்னொருவர் பணத்தை மிச்சப்படுத்தும் வழிகளைக் கற்றுத்தருவார், இன்னொருவர் வாழ்க்கை அனுபவங்களால் நம்மைச் செழுமைப்படுத்துவார்... இப்படிப் பலரைப் பல

காரணங்களுக்காக நாம் மதிக்கிறோம், அவர்களுடன் பழகுகிறோம்.

அதுபோல், நம்முடன் பழகுகிறவர்கள் நம்மை ஏன் மதிக்கிறார்கள், அல்லது ஏன் மதிக்கவில்லை? அந்த மதிப்பைப் பெருக்கிக்கொள்ளவேண்டுமென்றால் நாம் என்ன செய்யவேண்டும்? இந்தக் கோணத்தில் சிந்தித்தால் நம்முடைய *PVP* தானாகத் தெரியத் தொடங்கும், அல்லது அதில் இருக்கிற இடைவெளிகள் தெரியும், அல்லது நம்மிடம் *PVP* எதுவும் இல்லை என்பதாவது தெரிந்துவிடும், அங்கிருந்து முன்னேறிச் சிறப்பான *PVP*ஐ உருவாக்கிக்கொள்ளலாம்.

எடுத்துக்காட்டாக, ஒரு துறையில் முப்பது ஆண்டுகள் பணியாற்றி அனுபவம் பெற்ற ஒருவர், அதைப்பற்றிய எந்தக் கேள்விகளுக்கும் பதில் சொல்லக்கூடிய திறமை அவரிடம் உண்டு. ஆனால், யாராவது அவரை அணுகிக் கேள்வி கேட்டால் பொறுமையுடன் பதில் சொல்லமாட்டார், 'இதுகூட உனக்குத் தெரியாதா?' என்று எரிந்துவிழுவார். இதனால், அவரை யாரும் அணுகுவதில்லை. அவருடைய திறமைக்குக் கிடைக்கவேண்டிய அங்கீகாரம் கிடைப்பதில்லை.

அந்த மனிதர் தன்னுடைய *PVP*ஐப்பற்றி யோசித்தால், இந்த இடைவெளி அவருக்குப் புரியும், பிறருடன் தன்மையாகப் பழகுவது, பிறர் தன்னை அணுகும்வகையில் இருப்பது ஆகியவற்றைப் புரிந்துகொள்வார், *PVP*ஐ மேம்படுத்திக்கொள்வார்.

'ம்ஹூம், நான் அதெல்லாம் செய்யமாட்டேன், மற்றவர்கள் என்னிடம் பழகினால் பழகட்டும், பழகாவிட்டாலும் பரவாயில்லை' என்று அவர் பிடிவாதம் பிடித்தால் இழப்பு யாருக்கு? பெரிய நிறுவனங்கள் தங்களுடைய தொடர்ந்த வளர்ச்சிக்கு *EVP* முக்கியம் என்று உணர்ந்திருப்பதுபோல், அவர்கள் தங்களுடைய *EVP*ஐ மேம்படுத்திக்கொள்வதுபோல், நமக்கு *PVP* முக்கியம், நாம் அதை மேம்படுத்திக்கொள்ளவேண்டும். ஏனெனில், மனித வாழ்க்கை என்பது கொடுக்கல், வாங்கல்தான், எந்த அளவு நாம் பிறருடன் பழகுகிறோமோ, எந்த அளவு பிறர்

நம்முடன் பழகுகிறார்களோ, அந்த அளவு நம் இருவருடைய வாழ்க்கைத்தரமும் மேம்படும்.

சரி, உங்களுடைய *PVP* என்ன? பிறர் உங்களுடன் ஏன் பழகவேண்டும்? பட்டியலிடுங்கள், உங்களை நீங்களே விளம்பரப்படுத்திக்கொள்வதுபோல் உங்களுடைய நல்ல குணங்களைச் சொல்லுங்கள், பிறகு, அதில் உள்ள இடைவெளிகளைச் சிந்தியுங்கள், அந்தப் பட்டியலை மேம்படுத்துங்கள், பிறரை உங்கள் பக்கம் ஈர்க்கவும், உங்கள் நட்பு வட்டத்தை விரிவாக்கவும் கற்றுக்கொள்ளுங்கள்.

29. யோசனைகள் பத்திரம்!

நீங்கள் எதைப்பற்றியோ சிந்தித்துக்கொண்டிருக்கும்போது திடீரென்று ஓர் அட்டகாசமான யோசனை உங்களுக்குத் தோன்றுகிறது, அதைச் செயல்படுத்தினால் பெரிய அளவில் வெற்றி பெறலாம், பணமும் புகழும் குவியும் என்று நினைக்கிறீர்கள், மகிழ்ச்சியில் குதிக்கிறீர்கள்.

உடனடியாக, இந்தப் புதிய, நல்ல யோசனையைப்பற்றி யாரிடமாவது சொல்லவேண்டும் என்று உங்களுக்குத் தோன்றுகிறது, பக்கத்திலிருக்கிற நண்பர், உறவினர், கணவர், மனைவி, குழந்தைகள், சக அலுவலர்கள் என்று யாரையாவது பிடித்துக்கொள்கிறீர்கள், 'நான் ஒரு முக்கியமான விஷயத்தைப்பத்திச் சொல்லப்போறேன், கவனமாக் கேளுங்க' என்கிறீர்கள், முகம்முழுக்க மகிழ்ச்சியுடன் உங்களுடைய யோசனையை விவரிக்கிறீர்கள்.

அந்த நபர் உங்களுடைய யோசனையைப் பொறுமையாகக் கேட்கிறார். பிறகு, 'நல்லாத்தான் இருக்கு, ஆனா...' என்று இழுக்கிறார். 'இப்ப நீ நல்ல வேலைலதானே இருக்கே? அதை ஒழுங்காக் கவனிக்கலாமே, எதுக்கு இந்த வேண்டாத முயற்சியெல்லாம்?' என்கிறார்.

அவ்வளவுதான், உங்கள் முகத்தில் இருந்த மகிழ்ச்சியெல்லாம் காணாமல் போய்விடுகிறது. 'ஆனா, இது பிரமாதமான யோசனை' என்கிறீர்கள், 'உங்களுக்கு இது சரியாப் புரியலைன்னு நினைக்கறேன், கொஞ்சம் பொறுங்க' என்று ஒரு தாளை எடுத்துக்கொண்டு படம் வரைந்து பாகம் குறிக்கத் தொடங்குகிறீர்கள்.

ம்ஹூம், நீங்கள் எவ்வளவுதான் விளக்கினாலும், அந்த நபருக்கு அதில் நம்பிக்கை வரவில்லை, 'இதெல்லாம் சரிப்படாது, சொன்னாக் கேளு, உன் நல்லதுக்குதான் சொல்றேன்' என்று சொல்லிவிட்டு நகர்ந்துவிடுகிறார்.

இப்போது, உங்களுடைய நம்பிக்கையெல்லாம் தகர்ந்துவிடுகிறது. முதலில், அந்த நபர் ஒரு முட்டாள் என்று நினைக்கிறீர்கள், பிறகு, உங்களுடைய யோசனை முட்டாள்தனமானது என்று நினைக்கிறீர்கள், அத்துடன் அந்த யோசனையை மறந்துவிட்டு வேறு வேலையைப் பார்க்கிறீர்கள்.

ஆனால் உண்மையில், உங்களுடைய யோசனையும் முட்டாள்தனமானதில்லை, அந்த நபரும் முட்டாள் இல்லை, அவரிடம் இந்த யோசனையைப்பற்றி நீங்கள் பேசிய நேரம்தான் தவறு.

நமக்கு ஏதாவது ஒரு நல்ல, புதிய யோசனை வருகிறதென்றால், சட்டென்று அதை எல்லாரிடமும் சொல்லவேண்டும், அவர்களுடைய கருத்துகளைக் கேட்கவேண்டும் என்றுதான் நினைப்போம், பலரிடமும் அதைப்பற்றிப் பேசுவோம், அவர்கள் நம்மை ஊக்குவிப்பார்கள், இன்னும் கூடுதல் கருத்துகளைச் சொல்லி அந்த யோசனையை மேலும் செழுமையாக்குவார்கள் என்று நம்புவோம்.

ஆனால், அந்த நேரத்தில் அவர்கள் அந்த யோசனையைக் கிழித்துப்போட்டுத் தொங்கவிடுவதற்குதான் வாய்ப்புகள் கூடுதலாக உள்ளன, 'இதிலெல்லாம் இறங்கி ரிஸ்க் எடுக்காம உன்னோட வேலையைப் பாரு' என்றுதான் பெரும்பாலானோர் சொல்வார்கள். காரணம்:

1. அவர்களுக்கு நம் யோசனையைவிட நம்மீது அக்கறை மிகுதி

2. அந்த நேரத்தில் நம் யோசனை மிகவும் தொடக்க நிலையில் இருக்கும்; அதனால், அதில் இருக்கிற ஓட்டைகள் நம் கண்ணுக்குத் தெரியாது, அவற்றைக் கண்டறிந்து சரி செய்யவும் நேரம் இருந்திருக்காது. அதனால், அவர்கள் அந்த யோசனையை மிக மோசமானது என்றுதான் நினைப்பார்கள்.

'உங்களுடைய யோசனைகளை எடுத்த எடுப்பில் எல்லாரிடமும் சொல்லிவிடாதீர்கள்' என்கிறார் *Spanx* என்ற *Shapewear* (உடல் வடிவத்தைக் கச்சிதமாக்கிக் காண்பிக்கும் சிறப்பு ஆடை) நிறுவனத்தைத் தொடங்கிப் பெரிய வெற்றி பெற்ற *Sara Blakely*. 'அப்படிச் சொன்னால், உங்கள்மேல் இருக்கும் அன்பால் அவர்கள் அதைத் தடுக்க முயல்வார்கள், அவர்களுக்கு எல்லாவற்றையும் விளக்கிச் சொல்லிப் புரியவைத்துச் சமாதானப்படுத்துவதிலேயே உங்கள் நேரமும் ஆற்றலும் வீணாகிவிடும்.'

உண்மையில், அது வாதாடுகிற நேரம் இல்லை. நம் யோசனையை இன்னும் மேம்படுத்தவேண்டிய நேரம். அதற்குத் தேவையான ஆற்றலையெல்லாம் இங்கு வீணடித்துவிட்டால் எப்படி?

சாராவுக்கு *Spanx*க்கான யோசனை வந்தபோது, அவர் ஏதோ நிறுவனத்தில் தொலைநகல் (ஃபேக்ஸ்) இயந்திரங்களை விற்றுக்கொண்டிருந்தார். அவர் ஃபேஷன் துறை வல்லுனர் இல்லை, அவர் தொழில்துறையைப்பற்றி எதுவும் படித்ததில்லை, ஆடை விற்கும் வழிகளைப்பற்றியும் தெரியாது. எதேச்சையாக எப்படியோ *Spanx*பற்றி யோசித்தார், இப்படி ஓர் ஆடையைத் தயாரித்து விற்றால் நல்ல வரவேற்பு இருக்கும் என்று அவருக்குத் தோன்றியது. ஃபேக்ஸ் விற்றுச் சேமித்த பணத்தை வைத்து இந்த நிறுவனத்தைத் தொடங்கலாம் என்று நினைத்தார்.

ஆனால், அப்போது அவர் அதைப்பற்றி எல்லாரிடமும் சொல்லவில்லை. ஓராண்டுக்கு ரகசியமாக அந்த யோசனையை ஒழுங்குபடுத்தினார், தேவையான நபர்கள்,

அதாவது, வல்லுனர்களிடம்மட்டும்தான் இதைப்பற்றிப் பேசினார், அவர்களுடைய கருத்துகளின் அடிப்படையில் தன்னுடைய யோசனையில் இருக்கும் பிசிறுகளைக் களைந்து மேம்படுத்தினார், அவருக்கே அந்த யோசனையின்மீது முழு நம்பிக்கை வந்தபிறகுதான் பிறரிடம் சொன்னார். இப்போது அவர்கள் (அவர்மேல் இருக்கும் அன்பால்) எதிர்மறையாகப் பேசினாலும், 'இதெல்லாம் உனக்குச் சரிப்படாது' என்று தடுத்தாலும் பரவாயில்லை, அவருக்கு எந்தக் கவலையோ, குழப்பமோ இல்லை, துணிவாக முன்னேறிச் செல்ல இயன்றது.

இன்றைக்குச் சாரா, அவர் உருவாக்கிய ஆடை, அதைத் தயாரிக்கும் நிறுவனம் என எல்லாம் உலகப் புகழ் பெற்றுவிட்டன. இவ்வகை ஆடைக்கென்று ஒரு பெரிய சந்தை உருவாகிவிட்டது, சாராவுக்குப் பல போட்டியாளர்களும் வந்துவிட்டார்கள். அதனால், இப்போது அந்த யோசனையை எல்லாரும் பாராட்டுகிறார்கள், வியக்கிறார்கள். ஆனால் அன்றைக்கு, அந்த யோசனை சாராவின் மனத்தில்மட்டும் இருந்த நேரத்தில், எல்லாராலும் அதைப் புரிந்துகொள்ள இயன்றிருக்காது. அதனால்தான் அவர் அந்த யோசனையைத் தனக்குள் வைத்துக்கொண்டு ரகசியமாகப் பணியாற்றினார், அதன்மூலம் ஊக்கம் பெற்றார்.

மாறாக, அவர் தொடக்கத்தில் இந்த யோசனையைப்பற்றி எல்லாரிடமும் பேசியிருந்தால், அவர்களுடைய அன்பான அறிவுரைகள் அவருடைய மனத்தை மாற்றியிருக்கலாம். அவர்கள் அக்கறையோடுதான் பேசுகிறார்கள், ஆனால், அவர் மனத்தில் இருக்கும் யோசனையின் ஆழமும் தாக்கமும் அவருக்குமட்டும்தான் தெரியும்.

அதனால், நம் யோசனைகள் தொடக்கநிலையில் இருக்கும்போது மற்றவர்களுடைய கருத்துகளைப் பெரிய அளவில் பொருட்படுத்தவேண்டியதில்லை. அதற்காக, 'நான் நினைப்பதுதான் சரி' என்றும் பிடிவாதமாக இருந்துவிடக்கூடாது, துறை சார்ந்த வல்லுனர்களுடைய கருத்துகளைக் கேட்கலாம்,

மற்றபடி பொதுவான நபர்கள், இதை முழுமையாகப் புரிந்துகொள்ள இயலாதவர்களுக்கு இதைப்பற்றிச் சொல்லாமல் இருப்பதுதான் நல்லது.

பின்னர், அந்த யோசனையின்மீது நமக்கு நல்ல நம்பிக்கை வந்தபிறகு, அதைப் பிறருக்குச் சொல்லலாம், அவர்களுடைய கருத்துகளைப் பொறுமையாகக் கேட்டுக்கொள்ளலாம், அந்தக் கருத்துகள் எதிர்மறையாக இருந்தாலும், அப்போது நாம் நம்பிக்கை இழக்கமாட்டோம், ஏனெனில், நம் யோசனையை ஏற்கெனவே நாம் உறுதிசெய்துகொண்டுவிட்டோம்.

'உங்கள் கனவுகளை, யோசனைகளை, இலக்குகளைப் பாதுகாத்துக்கொள்ளுங்கள்' என்கிறார் சாரா, 'உங்களால் அவற்றைச் சாதிக்க இயலும் என்று நம்புங்கள், அதில்மட்டும் கவனம் செலுத்துங்கள், வெற்றி பெறுவீர்கள்.'

30. உங்க டூத்பேஸ்ட்ல என்ன இருக்கு?

நீங்கள் நாள்தோறும் காலையில் பல் தேய்க்கும் பற்பசையில் (டூத்பேஸ்ட்) என்னவெல்லாம் இருக்கின்றன?

'அது எப்படி எனக்குத் தெரியும்?' என்று திகைக்காதீர்கள். உங்களுடைய டூத்பேஸ்ட்டை எடுத்துப் பாருங்கள். அதன் உறையில், அல்லது, பேஸ்ட் குழாயின் மேற்பகுதியில் உட்பொருள்களுடைய பட்டியலைப் போட்டிருப்பார்கள். கால்சியம் கார்பனேட், கிளிசரின், செல்லுலோஸ் கம் என்று அந்தப் பட்டியல் நீளும்.

உண்மையில், அந்தப் பட்டியலில் இருக்கிற எந்த வேதிப்பொருளுடைய பெயரும் நமக்குப் பெரிதாகத் தெரிந்திருக்காது. ஆனால், டூத்பேஸ்ட்டை எல்லாருக்கும் தெரியும், எல்லாரும் அதை எளிதில் பயன்படுத்துகிறோம்.

ஆக, உட்பொருள்கள் என்னென்ன என்று தெரியாவிட்டாலும் பரவாயில்லை, அவையெல்லாம் சேர்ந்து மதிப்புள்ள ஒரு பொருளாக மாறிவிட்டால் நாம் அதை நன்றாகப் பயன்படுத்திக்கொள்ளலாம்.

ஒருவேளை, நீங்கள் டூத்பேஸ்ட் தயாரிக்கிற ஒரு நிறுவனத்தில் பணிபுரிந்தால்? அல்லது இதுவரை உலகில் யாரும் காணாத ஒரு

டூத்பேஸ்ட்டை உருவாக்கவேண்டும் என்று ஆசைப்பட்டால்?

அப்போது நீங்கள் உட்பொருள்களைத் தெரிந்துகொள்ளத்தான் வேண்டும், எந்தெந்த உட்பொருள் என்னென்ன செய்கிறது என்பதையும் புரிந்துகொள்ளத்தான் வேண்டும், அப்போதுதான் அவற்றை வெவ்வேறுவிதமாக மாற்றிப் புதுமைகளைச் செய்ய இயலும், முன்பைவிடச் சிறப்பான ஒரு டூத்பேஸ்ட்டை உருவாக்க இயலும்.

சமீபத்தில் இணையத்தில் ஒரு டூத்பேஸ்ட் குழாயின் புகைப்படம் வெளியாகியிருந்தது. அதில் அந்த டூத்பேஸ்ட்டில் என்னென்ன உட்பொருள்கள் உள்ளன, அவை எங்கிருந்து வருகின்றன, டூத்பேஸ்ட்டில் அவை ஏன் சேர்க்கப்படுகின்றன என்றும் அச்சிட்டிருந்தார்கள்.

எடுத்துக்காட்டாக, கிளிசரின் என்ற பொருள் காய்கறியிலிருந்து கிடைக்கிறது, டூத்பேஸ்ட்டின் ஈரப்பதத்தைத் தக்கவைக்கிறது, செல்லுலோஸ் கம் என்ற பொருள் செடி நாரிலிருந்து கிடைக்கிறது, டூத்பேஸ்ட்டைக் கெட்டியாக்குகிறது... இப்படி ஒவ்வொரு பொருளின் பெயர், மூலம், பயன் ஆகியவை அந்த டூத்பேஸ்ட்டில் தெளிவாகக் குறிப்பிடப்பட்டிருந்தன.

ஒரு நிமிடம், நம்மையும் அந்த டூத்பேஸ்ட்டைப்போல் கற்பனை செய்து பார்க்கலாம், நமக்குள் என்னென்ன குணங்கள், திறமைகள், பழக்கங்கள், நம்பிக்கைகள் இருக்கின்றன, அவை எங்கிருந்து வந்திருக்கின்றன, அவற்றால் நமக்கு என்ன பயன் அல்லது தீமை என்று சிந்திக்கலாம்.

எடுத்துக்காட்டாக, ஒருவருக்குள் யாரிடமும் சினம் கொள்ளாமல் பொறுமையாகப் பேசுகிற குணம் இருக்கிறது. அந்தக் குணம், அன்பாகப் பேசிப் பழகிய அவருடைய தாயிடமிருந்து வந்திருக்கிறது. அந்தக் குணத்தைப் பயன்படுத்தி அவர் ஒரு சிறந்த மேலாளராக வளர்ந்துள்ளார், ஊழியர்களை அரவணைத்துச்சென்று நன்கு வேலை வாங்குகிறார்.

அவரிடம் எதையும் விரைவாக, ஆழமாகக் கற்றுக்கொள்கிற

குணமும் உள்ளது. அந்தக் குணம், அவருடைய பள்ளி ஆசிரியர்களிடமிருந்து கற்றுக்கொண்டது. அந்தக் குணத்தைப் பயன்படுத்தி அவர் தன்னுடைய துறையில் பல விஷயங்களைப் பரவலாகத் தெரிந்துகொள்கிறார், நல்ல வாய்ப்புகளை அடையாளம் கண்டு பயன்படுத்திக்கொண்டு முன்னேறுகிறார்.

இந்த இரண்டும் நல்ல குணங்கள் என்றால், அவரிடம் புகை பிடிக்கும் பழக்கமும் உள்ளது. அது அவருடைய கல்லூரி நண்பர் ஒருவரிடமிருந்து வந்த பழக்கம். இதனால் அவருக்குக் கொஞ்சம் மகிழ்ச்சி கிடைக்கிறது, ஆனால், பணச்செலவு, உடல்நலக்குறைவும் உண்டு.

இவையெல்லாம் அவரைப்பற்றி எல்லாருக்கும் தெரிந்த, பெரிய, முதன்மையான குணங்கள். இன்னும் சிறியதாக, மிகச் சிறியதாகப் பல நல்ல, பெரிய குணங்கள் அவருக்குள் இருக்கும், அவை என்னென்ன, எங்கிருந்து வந்தன, அவற்றால் என்ன நன்மை, தீமை என்றெல்லாம் அவருக்குமட்டும்தான் தெரியும்.

ஆனால், அந்த டூத்பேஸ்ட் குழாயில் அச்சிடப்பட்டிருந்ததுபோல் இதையெல்லாம் பலர் ஆராய்வதில்லை. தங்களுடைய நல்ல, கெட்ட குணங்கள் என்னென்ன என்பதுகூடப் பெரும்பாலானோருக்குத் தெரியாது.

இதை ஏன் ஆராயவேண்டும்?

முதலில், நம்மிடம் என்னென்ன நல்ல குணங்கள் உள்ளன என்று தெரியும்போது, தன்னம்பிக்கை பெருகும், ‘அட, நாம சாதாரண ஆளு இல்லை’ என்று தோன்றும், புதிய பிரச்சனைகளை இன்னும் துணிவோடு அணுகுவோம்.

அடுத்து, அந்தக் குணங்கள் ஒவ்வொன்றாலும் நமக்கு என்ன நன்மை, அவை நமக்கு ஏன் தேவை என்பது நமக்குப் புரிந்துவிட்டால், இயன்றவரை கவனமாக அவற்றைக் காப்பாற்றிக்கொள்வோம், ஒவ்வொரு வேலையிலும் சரியான குணங்களைச் சரியானவகையில் பயன்படுத்தி வெற்றியடைவோம்.

அதேபோல், நம்மிடம் உள்ள கெட்ட குணங்களை மறைக்காமல், 'நான் ரொம்ப நல்லவனாக்கும்' என்று நம்மை நாமே ஏமாற்றிக்கொள்ளாமல் பட்டியலிடும்போது, வீணான செருக்கு வராது. 'என்னிடமும் சில பிரச்சனைகள் உள்ளன, அவற்றைத் தீர்க்க முயல்வேன்' என்கிற பணிவு வரும், நம்மை மேம்படுத்திக்கொள்வதற்கான வழிகளைச் சிந்திப்போம்.

மூன்றாவதாக, அந்த நல்ல குணங்கள் எங்கிருந்து வந்தன என்று சிந்திக்கும்போது, அவற்றை நமக்குத் தந்த மனிதர்கள், சூழ்நிலைகளுக்கு நன்றியுடன் இருப்போம். 'அன்னிக்கு அவர் இதைக் கத்துத்தந்ததாலதான் இன்னிக்கு நான் இவ்ளோ நல்லா இருக்கேன்' என்று நெகிழ்வோம். இந்த நன்றியுணர்வு நம்முடைய மன நலனுக்கு மிகவும் தேவை என்கிறார்கள் உளவியல் வல்லுனர்கள்.

நான்காவதாக, அந்தக் கெட்ட குணங்கள் எங்கிருந்து வந்தன என்று சிந்திக்கும்போது, அந்தப் பழக்கங்களை, சூழ்நிலைகளைத் தவிர்க்க முயல்வோம். முள் குத்தும், வலிக்கும் என்பது தெரிந்தால்தானே முள்செடிக்குப் பக்கத்தில் செல்லும்போது கவனம் வரும்?

ஆக, நம்மையும் ஒரு டூத்பேஸ்ட்டைப்போல், சோப்பைப்போல், பிஸ்கட்டைப்போல் நினைத்துக்கொண்டு நம்முடைய உட்பொருள்களைப் பட்டியலிடக் கற்பதும், அவை எங்கிருந்து வந்தன, அவற்றால் நமக்கு என்ன பயன் என்று சிந்திப்பதும் ஒரு நல்ல பழக்கம், நம்மை மதிப்பிட உதவுகிற உத்தி. இதை நாம் நாள்தோறும் செய்யவேண்டியதில்லை, மாதத்துக்கு ஒருமுறை, மூன்று மாதத்துக்கு ஒருமுறை செய்தால்கூடப் போதும், ஆனால், கண்டிப்பாகச் செய்யவேண்டும், இல்லாவிட்டால் நம்மை நாமே அறிந்திருக்கமாட்டோம், விலை உயர்ந்த, திறமை மிக்க ஸ்மார்ட் தொலைபேசியை வைத்துக்கொண்டு அதை முறையாகப் பயன்படுத்திக்கொள்ளத் தெரியாத ஒருவரைப்போல் இருந்துவிடுவோம்.

இந்த விஷயத்தில் நம்முடைய நண்பர்கள், உறவினர்கள்,

நம்மீது அக்கறை கொண்ட வழிகாட்டிகளின் உதவியையும் பயன்படுத்திக்கொள்ளலாம், நம்முடைய சுய அலசலில் அவர்களையும் சேர்த்துக்கொள்ளலாம், 'என்னோட நல்ல, கெட்ட குணங்கள், திறமைகள் என்னென்னன்னு நீங்க நினைக்கறீங்க?' என்று கேட்கலாம், அவர்களுடைய கருத்துகளை நம்முடைய சிந்தனைகளுடன் சேர்த்து ஒரு முழுமையான பட்டியலை உருவாக்கலாம்.

அந்த டூத்பேஸ்ட் குழாய் நமக்குக் கற்றுத்தருகிற முதன்மையான விஷயம், உட்பொருள்களைச் சரிசெய்வதன்மூலம் எந்தப் பொருளையும் மேலும் சிறப்பாக்கலாம். அதனால், நம்மை நுணுக்கமாகப் புரிந்துகொள்வோம், அதன்மூலம் நம்மைத் தொடர்ந்து மேம்படுத்திக்கொள்வோம்.

31. ஹேன்லானின் கத்தி

சுரேஷும் அவருடைய மனைவி வனஜாவும் உறவினர் ஒருவருடைய வீட்டுக்குச் செல்கிறார்கள். ஆனந்தன் என்ற அந்த உறவினர் அவர்களை வரவேற்று அமரவைத்துவிட்டுச் சமையலறைக்குள் செல்கிறார். ஒரு தட்டில் சுடச்சுட வடை, காஃபியுடன் வருகிறார், 'நம்ம வீட்ல போட்ட வடைதான், நல்லாச் சாப்பிடுங்க' என்று உபசரிக்கிறார்.

வடை என்றால் சுரேஷுக்கு மிகவும் பிடிக்கும். ஆசையுடன் எடுத்துக் கடிக்கிறார், இன்னொரு கையில் காஃபிக் கோப்பையை எடுத்து ஸ்டைலாக உறிஞ்சுகிறார். மறுகணம், அவருடைய முகம் சுருங்குகிறது, சட்டென்று கோப்பையை மேசைமீது வைத்துவிடுகிறார்.

'என்னாச்சு?' என்று கவலையுடன் கேட்கிறார் அந்த உறவினர்.

'ஒண்ணுமில்லை' என்று சிரிக்கிறார் சுரேஷ், இன்னொரு வடையை எடுத்துக் கடிக்கிறார்.

சிறிது நேரத்துக்குப்பிறகு, அந்த உறவினர் ஏதோ வேலையாக வாசலுக்குச் சென்றதும், வனஜா சுரேஷிடம் கிசுகிசுப்பான

குரலில் விசாரிக்கிறார், 'என்னங்க, காஃபியை எடுத்தீங்க, குடிச்சீங்க, அப்புறம் அப்படியே வெச்சுட்டீங்க?'

'அந்தப் பய வேணும்ன்னே என்னை அவமானப்படுத்தறான்' என்று சினத்துடன் உறுமுகிறார் சுரேஷ், 'எனக்கு ஷுகர் இருக்குன்னு அவனுக்கு நல்லாத் தெரியும், எத்தனையோ நாள் இதே வீட்டுக்கு வந்து சர்க்கரை இல்லாத காஃபி சாப்பிட்டிருக்கேன். ஆனா இன்னிக்கு, வேணும்ன்னே எனக்குக் காஃபியில சர்க்கரை போட்டுக் கொண்டுவந்து தர்றான்.'

'அப்படியா? ஆனந்தன் அப்படியெல்லாம் செய்யமாட்டாரே' என்று வியப்புடன் கேட்கிறார் வனஜா. பிறகு, ஏதோ நினைத்துக்கொண்டு தன்னுடைய காஃபியை எடுத்துக் குடிக்கிறார், சிரிக்கிறார், 'சர்க்கரை இல்லாத காஃபி இங்க இருக்கு' என்கிறார், 'உங்களுக்குச் சர்க்கரை போடாத காஃபி, எனக்குச் சர்க்கரை போட்ட காஃபின்னு ஆனந்தன் சரியாத்தான் கொண்டுவந்திருக்கார், நீங்கதான் அவசரப்பட்டு என்னோட காஃபியை எடுத்துக் குடிச்சுட்டீங்க, உங்களை அவமானப்படுத்தறதா அவர்மேல பழியைப் போட்டுட்டீங்க.'

இந்தக் கதையில் சுரேஷ், வனஜா இருவருடைய மனநிலையையும் கொஞ்சம் கூர்ந்து கவனிப்போம், அதில் நமக்கு ஒரு பாடம் இருக்கிறது:

சுரேஷ் எப்போதும் சர்க்கரை இல்லாத காஃபி குடிக்கிறவர்; இன்றைக்கு அவருக்குச் சர்க்கரை உள்ள காஃபி வந்ததும், யாரோ (அதாவது, அந்த வீட்டுத் தலைவர் ஆனந்தன்) தன்னை அவமானப்படுத்துகிறார்கள், தனக்கு எதிராகச் சதி செய்கிறார்கள், தனக்குச் சர்க்கரையைக் கொடுத்துத் தன் உடல்நிலையைக் கெடுக்கப் பார்க்கிறார்கள் என்றெல்லாம் யோசித்துவிடுகிறார்.

ஆனால், சுரேஷுக்குச் சர்க்கரை உள்ள காஃபி வந்திருக்கிறது என்கிற அதே விஷயத்தை வனஜா வேறுவிதமாக அணுகுகிறார். 'ஒருவேளை, சுரேஷ் தெரியாமல் காஃபிக் கோப்பையை மாற்றி எடுத்திருப்பாரோ' என்று யோசிக்கிறார்.

இதற்கு வேறு சில காரணங்களும் இருக்கலாம். ஆனந்தன் அன்றைக்கு ஏதோ கவலையில் அல்லது பணி அழுத்தத்தில் இருந்திருக்கலாம். அதனால், நினைவில்லாமல் சுரேஷுடைய காஃபியில் சர்க்கரை போட்டிருக்கலாம். அல்லது, அந்த வீட்டில் ஒரு புதிய சமையல்காரர் வேலைக்குச் சேர்ந்திருக்கலாம், ஆனந்தன் அவரிடம் காஃபி கலக்கச் சொல்கிறபோது, 'ஒரு காஃபியில சர்க்கரை போடவேண்டாம்' என்று சொல்வதற்கு மறந்திருக்கலாம்.

இப்படிப் பல நியாயமான காரணங்கள் இருந்தபோதும், அவையெல்லாம் சுரேஷுடைய மனத்தில் தோன்றவில்லை, சட்டென்று, 'யாரோ என்னை அவமானப்படுத்துகிறார்கள்' என்று நினைத்துவிடுகிறார்.

உண்மையில், இது சுரேஷுடைய தனிப்பட்ட பிரச்சனை இல்லை. இதுதான் மனித இயல்பு. நாம் விரும்பாததுபோல் ஏதாவது ஒரு விஷயம் நடந்துவிட்டால், யாரோ வேண்டுமென்றே அப்படிச் செய்துள்ளார்கள், நம்மைத் துன்புறுத்தவேண்டும், நமக்குப் பிரச்சனையைக் கொண்டுவரவேண்டும் என்பதற்காகதான் அவர்கள் அப்படிச் செய்கிறார்கள் என்று நாம் நினைத்துவிடுகிறோம். அதற்கு வேறு காரணங்களும் இருக்கலாம் என்பது தோன்றுவதில்லை.

எடுத்துக்காட்டாக, ஒருவருக்கு மாதந்தோறும் இருபத்தொன்பதாம் தேதி சம்பளம் வந்துவிடும். ஆனால், ஒரு குறிப்பிட்ட மாதத்தில் முப்பதாம் தேதி ஆகியும் அவருக்குச் சம்பளம் வரவில்லை. உடனே அவர் சினத்தில் கொதிக்கிறார், 'என்னோட மேனேஜர்தான் இதைச் செஞ்சிருக்கணும், அந்தாளுக்கு என்மேல அப்படி ஒரு கடுப்பு' என்கிறார்.

உண்மையில், அந்த இருபத்தொன்பதாம் தேதி அவருடைய வங்கியில் ஏதோ தொழில்நுட்பக் கோளாறு. அதனால், சம்பளம் இரண்டு நாட்கள் கழித்து வருகிறது. ஆனால், இதற்கு அப்படி ஒரு சாத்தியமும் இருக்கலாம் என்பதைக்கூடச் சிந்திக்காமல் அவர் தன்னுடைய மேலாளர்மீது பழியைப் போட்டுவிடுகிறார்.

இதுபோன்ற சிந்தனையைத் தவிர்ப்பதற்கு ஒரு புகழ்பெற்ற சூத்திரம் இருக்கிறது. அதன் பெயர், *'Hanlon's Razor'*, அதாவது, ஹேன்லானின் கத்தி. எப்படி இரும்புக் கத்தியைக் கொண்டு தேவையில்லாத பொருட்களை வெட்டி நீக்குகிறோமோ, அதுபோல், இந்த ஹேன்லானின் கத்தியைக் கொண்டு தேவையில்லாத சிந்தனைகளை நீக்கலாம்.

ஹேன்லானின் கத்தியைப் பலரும் பலவிதமாக வரையறுக்கிறார்கள். அதில் புகழ் பெற்ற ஒரு வரையறை: *Never attribute to malice that which is adequately explained by neglect.* அதாவது, ஒருவர் சரியாகக் கவனிக்காமல் செய்திருக்கக்கூடிய பிழையை வைத்து அவரைக் கெட்டவர் என்று நினைத்துவிடாதீர்கள், அவர் கெட்ட நோக்கத்துடன் செயல்படுகிறார் என்று தீர்மானித்துவிடாதீர்கள்.

இந்தக் கதையில் வரும் வனஜா ஹேன்லானின் கத்தியைச் சரியாகப் பயன்படுத்துகிறார்: ஒரு தவறு நடந்துவிட்டது என்றதும், அது இன்னொருவருடைய கெட்ட எண்ணத்தால்தான் நடந்தது என்று நினைக்காமல் அதற்கு வேறு எளிய காரணங்களும் இருக்குமோ என்று சிந்திக்கிறார். பல நேரங்களில் அதுதான் சரியாக இருக்கும்.

ஏனெனில், நாம் எப்போதும் உலகம் நம்மைச் சுற்றிச் சுழல்வதாக நினைக்கிறோம், அதனால்தான் நமக்கு ஏதாவது பிரச்சனை என்றால் அது பிறருடைய கெட்ட செயலால் நடந்தது என்று கருதுகிறோம்.

ஆனால் உண்மையில், ஒவ்வொருவருடைய உலகமும் அவரவரைச் சுற்றிச் சுழல்கிறது. மற்றவர்கள் அவர்கள் வேலையைப் பார்த்துக்கொண்டு இருக்கிறார்கள், யாரும் வலிய நமக்குக் கெடுதல் செய்வதில்லை. அவர்கள் அலட்சியத்தால், முட்டாள்தனத்தால், அறியாமையால், கவனக்குறைவால், வேறு காரணங்களால் செய்யக்கூடிய பிழைகளையெல்லாம் நமக்கு எதிரான திட்டமிட்ட சதி என்று நாம் எண்ணிவிடக்கூடாது.

இந்தக் கோணத்தில் சிந்திக்கும்போது, நம்முடைய பிரச்சனைகளை நாம் வேறுவிதமாகப் பார்க்கத் தொடங்குவோம், நம்முடைய எல்லாப் பிரச்சனைகளுக்கும் மற்றவர்களுடைய கெட்ட செயல்தான் காரணம் என்று எண்ணாமல், இதற்கு வேறு காரணங்களும் இருக்கலாமோ என்று யோசிப்போம், அந்தக் காரணம் நம்மிடமும் இருக்கலாமோ என்றுகூடச் சிந்திப்போம், பொறுமையாக ஆராய்ந்து அந்தப் பிரச்சனைக்கான காரணங்களை, தீர்வுகளைக் கண்டறிவோம், உலகத்தோடு பகைமையை வளர்த்துக்கொள்ளாமல் இருப்போம், இப்படிப் பலவிதங்களில் நன்மை தரும் சிந்தனை இது!

32. விழுமியங்கள்

மணியரசன் நல்ல ஓவியர். குறிப்பாக, அழகான சுவரோவியங்களை வரைகிறவர்.

இதனால், வீடு கட்டுகிற பலரும் மணியரசனைத் தேடி வருவார்கள். அவர்களுடைய வீடுகளின் வெளிச்சுவர்கள், உட்சுவர்களில் அவர்கள் விரும்புகிற ஓவியங்களைச் சிறப்பாக வரைந்து தருவார் மணியரசன்.

ஒருநாள், வேலப்பன் என்பவர் அவரைப் பார்க்க வந்தார். 'நான் புது வீடு கட்டிக்கிட்டிருக்கேன். அதுல நீங்கதான் ஓவியமெல்லாம் வரைஞ்சு தரணும்' என்றார்.

'கண்டிப்பா வரைஞ்சுதர்றேன்' என்றார் மணியரசன், அதற்குத் தான் எதிர்பார்க்கும் கட்டணத்தையும் குறிப்பிட்டார்.

'நியாயமான கட்டணம்தான்' என்று பையைப் பிரித்தார் வேலப்பன், 'நீங்க கேட்ட தொகை இதுல இருக்கு, நாளைக்கே வேலையை ஆரம்பிச்சுடுங்க.'

'சார், தப்பா நினைச்சுக்காதீங்க, ஏற்கெனவே ஒரு வீட்டுல வேலை செஞ்சுகிட்டிருக்கேன், அதுக்கப்புறம் இன்னொரு

வீட்டுல வேலையைத் தொடங்கறதா ஒத்துக்கிட்டிருக்கேன். இந்த வேலையெல்லாம் முடியறதுக்குப் பத்து நாள் ஆகிடும். அதுக்கப்புறம் உங்க வீட்டு வேலையைத் தொடங்கறேன்' என்றார் மணியரசன்.

வேலப்பன் சிரித்தார், 'என்ன சார், நீங்க கேட்ட பணத்தை ஒரு பைசா மீதமில்லாம எடுத்து வைக்கறேன், என்னோட வேலைக்கு முன்னுரிமை தரமாட்டீங்களா?' என்றார். 'இப்ப இருக்கிற வேலையையெல்லாம் தள்ளிவெச்சுட்டு உடனடியா நம்ம வீட்டு வேலையைத் தொடங்குங்க, வேணும்ன்னா, நீங்க கேட்டதைவிட ரெண்டாயிரம் ரூபாய் கூடுதலாத் தர்றேன்.'

இப்போது, மணியரசனுடைய இடத்தில் நீங்கள் இருந்திருந்தால் என்ன செய்வீர்கள்? வேலப்பன் சொல்வதுபோல் அவருடைய வீட்டு வேலையை உடனடியாகத் தொடங்குவீர்களா? அல்லது முன்பு ஒப்புக்கொண்ட வேலையை முடித்துவிட்டுதான் அவருடைய வேலையைத் தொடங்க இயலும் என்று உறுதியாக இருப்பீர்களா?

சிலர், 'வேலைகளை அவை வருகிற வரிசைப்படிதான் நான் செய்வேன்; கூடுதல் பணம் கொடுக்கிறார் என்பதற்காக அவருக்குக் கூடுதல் முக்கியத்துவம் தரமாட்டேன்' என்பார்கள். வேறு சிலர், 'மற்றவர்களைவிட இவர் கூடுதலாகப் பணம் கொடுக்கிறார் என்னும்போது, இவருடைய வேலையை உடனடியாகச் செய்தால் என்ன தவறு?' என்பார்கள். யார் எந்தப் பதிலைச் சொல்கிறார்கள் என்பது அவர்களுடைய விழுமியங்களைப் பொறுத்தது.

அதென்ன விழுமியம்?

நம் ஒவ்வொருவருடைய செயல்பாடுகளை வழிநடத்துகிற தனிப்பட்ட நம்பிக்கைகளைத்தான் ஆங்கிலத்தில் *Values* என்றும் தமிழில் விழுமியங்கள் என்றும் சொல்கிறார்கள். அதாவது, எது சரி, எது தவறு, எதோடு ஒப்பிடும்போது எதற்குக் கூடுதல் முக்கியத்துவம் கொடுக்கலாம், அல்லது கொடுக்கக்கூடாது

என்று நமக்குள் பதிந்திருக்கிற விதிமுறைகள்தான் இவை.

இன்னும் எளிமையாகச் சொல்வதென்றால், நாம் சாலையில் செல்லும்போது இடப்பக்கமாக வண்டி ஓட்டவேண்டும், போக்குவரத்து நிறுத்தத்தில் சிவப்பு விளக்கு எரிந்தால் வண்டியை நிறுத்தவேண்டும், யார்மீதும் மோதிவிடாமல் பாதுகாப்பாக வண்டியைச் செலுத்தவேண்டும் என்றெல்லாம் சில விதிமுறைகளைப் பின்பற்றுகிறோமில்லையா? அவையெல்லாம் போக்குவரத்துத்துறை வகுத்த விதிமுறைகள். அதைப்போல் நம்முடைய ஒவ்வொரு செயல்பாட்டுக்கும் சில விதிமுறைகளை நாமே வகுத்துக்கொண்டிருக்கிறோம், அவற்றின் அடிப்படையில்தான் ஒவ்வொரு கணமும் நாம் செயல்படுகிறோம், இவற்றைத்தான் விழுமியங்கள் என்கிறோம்.

எடுத்துக்காட்டாக, சிறுவயதில் நாமெல்லாம் கேட்ட விறகுவெட்டியின் கதை நினைவிருக்கிறதா? அந்த ஏழையின் இரும்புக் கோடரி ஆற்றில் விழுந்துவிடுகிறது. அப்போது அங்கு வந்த தேவதை அவரிடம் ஒரு தங்கக் கோடரியை நீட்டுகிறது, வெள்ளிக் கோடரியை நீட்டுகிறது. ஆனால், அதையெல்லாம் மறுத்துவிட்டு அவர் தன்னுடைய இரும்புக் கோடரியைமட்டும்தான் திரும்பப் பெற்றுக்கொள்கிறார். ஏன்?

அவர் ஏழைதான். தங்கக் கோடரி கிடைத்தால் அவருடைய வீட்டில் செல்வம் பெருகும்தான். ஆனால், தனக்குச் சொந்தமில்லாத ஒன்றைப் பெற்றுக்கொள்ளக்கூடாது என்கிற எண்ணம் அவருக்குள் இருக்கிறது. அத்துடன், 'இந்தத் தங்கக் கோடரி யாருடையதோ. அவர்கள் இதைத் தேடி வருவார்கள். நான் இந்தத் தங்கக் கோடரியைப் பெற்றுக்கொண்டு சென்றுவிட்டால் அவர்கள் வருந்துவார்கள்' என்று அவருடைய மனம் நினைக்கிறது. 'இல்லாத ஒன்றுக்காகப் பேராசைப்படாமல், இருப்பதை வைத்து நான் மகிழ்ச்சியாக வாழ்வேன்' என்று அவர் எண்ணுகிறார். இவையெல்லாம்தான் விழுமியங்கள், அவருடைய ஒவ்வொரு செயலுக்கும் அடிப்படையாக அமையும் நம்பிக்கைகள்.

பெரிய கிரிக்கெட் வீரர் ஒருவர் பல விளம்பரங்களில் நடிக்கிறார். அவர் சொல்கிறார் என்பதற்காகக் கோடிக்கணக்கான மக்கள் அந்தப் பொருட்களை விரும்பி வாங்குகிறார்கள்.

ஒருநாள், மது நிறுவனம் ஒன்று அவரை அணுகுகிறது, தங்களுடைய விளம்பரத்தில் அவர் நடிக்கவேண்டும் என்று கேட்டுக்கொள்கிறது, பெரிய தொகை ஒன்றை நீட்டுகிறது.

ஆனால், அவர் அதை ஏற்கவில்லை. 'வேணாம்ங்க, நான் மது விளம்பரங்கள்ல நடிக்கறதில்லைன்னு ஒரு கொள்கை வெச்சிருக்கேன்' என்கிறார். 'என்னோட ரசிகர்கள் பெரும்பாலும் இளைஞர்கள். அவங்க என்னைப் பார்த்து ஒரு கெட்ட பழக்கத்துல நுழையவேண்டாம், உடம்பைக் கெடுத்துக்கவேண்டாம், அதன்மூலம் கிடைக்கிற பணமும் எனக்கு வேண்டாம்.'

இங்கு, பிறரைக் கெடுக்கக்கூடிய எந்தப் பொருளையும் விளம்பரப்படுத்துவதில்லை என்ற நம்பிக்கையை அந்தக் கிரிக்கெட் வீரர் பின்பற்றுகிறார். எல்லாக் கிரிக்கெட் வீரர்களும் அப்படி எண்ணுவார்கள் என்று சொல்ல இயலாது. வேறு சிலர், பணம் வந்தால் போதும் என்ற நம்பிக்கையைப் பின்பற்றக்கூடும்.

இப்படி ஒவ்வொருவரும் வைத்திருக்கிற நம்பிக்கைதான் அவருடைய செயல்களைத் தீர்மானிக்கும். அது உண்மையான நம்பிக்கை என்றால், எந்தச் சூழ்நிலையிலும் அவர்கள் அதை மீறமாட்டார்கள்.

போக்குவரத்து விதிமுறைகளை அரசாங்கம் வகுக்கிறது. நம்முடைய சொந்த விழுமியங்களை யார் வகுக்கிறார்கள்?

வேறு யார்? நாம்தான்!

ஆனால், இன்னொரு கோணத்தில் பார்த்தால், அவற்றை நாம் வகுப்பதில்லை. சிறுவயதிலிருந்து நாம் பார்த்துப் பழகுகிற தந்தை, தாய், அண்ணன், அக்கா, நண்பர்கள், உறவினர்கள், ஆசிரியர்கள், அலுவலகத்தில் உடன் பணிபுரிவோர், நமக்குப்

பிடித்த நடிகர்கள், எழுத்தாளர்கள், நாம் படித்த புத்தகங்கள், பார்த்த திரைப்படங்கள், கேட்ட சொற்பொழிவுகள் என்று ஒவ்வொன்றும் நம்முடைய விழுமியங்களைப் பாதிக்கின்றன.

அதனால்தான், குழந்தைகளுக்கு நல்ல நம்பிக்கைகளைக் கற்றுத்தருவது ஒரு முக்கியமான தேவையாகிறது. 'அடுத்தவன் என்ன ஆனாலும் பரவாயில்லை, நீ எல்லாத்துலயும் முன்னேறணும், அதுதான் முக்கியம்' என்று சொல்லித்தருகிற பெற்றோருடைய குழந்தைக்கும், 'மத்தவங்களையும் உன்னைமாதிரி நேசிக்கணும், யார்மேலயும் பொறாமைப்படக்கூடாது, இன்னொருத்தர் காலை வாரி முன்னேறுவதைவிட, நேர்மையா முன்னேறுறதுதான் முக்கியம்' என்று சொல்லித்தருகிற பெற்றோருடைய குழந்தைக்கும் பெரிய வேறுபாடு இருக்குமில்லையா? ஒரே சூழ்நிலையை அந்த இரண்டு குழந்தைகளும் சந்திக்கிறபோது முற்றிலும் மாறுபட்ட தீர்மானங்களை எடுக்குமில்லையா?

நம் விழுமியங்களைக் கவனிப்போம், அவைதான் நம்முடைய செயல்களைத் தீர்மானிக்கின்றன என்று தெரிந்துகொள்வோம், ஒருவேளை, அவை தவறான நம்பிக்கைகளாக இருந்தால், திருத்திக்கொள்வோம், சரியான நம்பிக்கைகளாக இருந்தால், மகிழ்ச்சியோடு பின்பற்றுவோம், அதனால் பல நன்மைகள் விளையும், முக்கியமாக, மன நிறைவும் நிம்மதியும் கிடைக்கும்.

33. கெட்ட பழக்கங்களை மாற்ற உதவும் Swear Jar

வீட்டுக்குச் சில விருந்தினர்கள் வந்திருக்கிறார்கள், எல்லாரும் சேர்ந்து ஏதோ கலகலப்பாகப் பேசிக்கொண்டிருக்கிறார்கள். பேச்சுக்கு நடுவில் அந்த வீட்டுப் பையன் ஒரு கெட்ட வார்த்தையைச் சொல்லிவிடுகிறான்.

அவ்வளவுதான். அங்கிருந்த அனைவரும் அப்படியே உறைந்து நிற்கிறார்கள், சின்னப் பையன் இப்படிப் பேசிவிட்டானே என்று பதறுகிறார்கள். ஆனால், அதை எப்படிச் சொல்வது என்று தெரியாமல் திகைக்கிறார்கள்.

சிறிது நேரத்தில், வந்தவர்கள் கிளம்பிச் செல்கிறார்கள். அதன்பிறகு, அந்தப் பையனுடைய பெற்றோர் அவனைக் கூப்பிட்டு விசாரிக்கிறார்கள், 'என்ன வார்த்தைடா அது? எங்கிருந்து கத்துக்கிட்டே? ஏன் இப்படி எங்களையெல்லாம் அசிங்கப்படுத்தறே?' என்று அதட்டுகிறார்கள்.

அப்போதுதான் அந்தப் பையனுக்குத் தான் செய்த தவறு உறைக்கிறது, தலை கவிழ்ந்து நிற்கிறான், 'இனிமே சொல்லமாட்டேன்' என்று மன்னிப்பு கேட்கிறான்.

ஆனால், இதெல்லாம் நம் கையிலா இருக்கிறது? அதன்பிறகும் அவன் அவ்வப்போது சினம் கொள்ளும்போது தன்னையும் அறியாமல் அந்த வார்த்தையைச் சொல்லிக்கொண்டுதான் இருக்கிறான். அது தவறான சொல், பிறரை மோசமாக இழிவுபடுத்துவது என்றெல்லாம் அவனுக்குத் தெரிகிறது, ஆனால், அதைக் கட்டுப்படுத்த இயலவில்லை.

அந்தப் பையனுடைய பெற்றோரும் அவனைத் திருத்த முயல்கிறார்கள், அறிவுரை சொல்கிறார்கள், மிரட்டுகிறார்கள், அடிக்கிறார்கள், அன்பாகப் பேசுகிறார்கள்... அவர்கள் என்ன செய்தபோதும் பலன் இல்லை. 'தப்புன்னு தெரியுது, ஆனா, தெரியாம சொல்லிடறேன், இதை எப்படித் தடுக்கறதுன்னு தெரியலை' என்று வருத்தத்துடன் சொல்கிறான் அவன்.

இந்த விஷயம், பக்கத்து வீட்டிலிருக்கிற ஒருவருடைய காதுக்குப் போகிறது. அவர் அந்தப் பையனைக் கூப்பிட்டுப் பேசுகிறார், 'தம்பி, நான் வெளிநாட்டுல இருந்தபோது ஒரு விஷயம் கத்துக்கிட்டேன், அதை உனக்குச் சொல்றேன், முயற்சி செஞ்சு பாரு' என்று ஒரு கண்ணாடி டப்பாவை அவனிடம் நீட்டுகிறார், 'இதுதான் உன்னோட Swear Jar' என்கிறார்.

'Swear Jarஆ? அப்படீன்னா என்னங்க?' என்று கேட்கிறான் அந்தப் பையன். அவனுக்கு அவர் சொன்ன விளக்கத்தை நாமும் தெரிந்துகொள்வோம்.

ஆங்கிலத்தில் Swearing என்றால் கெட்ட வார்த்தை பேசுவது. தன்னையும் அறியாமல் இந்தப் பழக்கத்தில் விழுந்துவிட்டவர்கள் அதைக் கட்டுப்படுத்திக் கொள்ளாவிட்டால், நாளைக்கு முக்கியமானவர்கள் யாரிடமாவது கெட்ட வார்த்தை பேசிவிடக்கூடும், அல்லது வேலைக்கான நேர்காணல் போன்ற சூழ்நிலைகளில் தங்களையும் அறியாமல் ஒரு கெட்ட வார்த்தையைச் சொல்லி நல்ல வாய்ப்புகளைக் கெடுத்துக்கொள்ளக்கூடும்.

வாய்ப்புகள் ஒருபுறமிருக்க, கெட்ட வார்த்தைகள் நமக்குள்

மோசமான அதிர்வுகளை உண்டாக்குகின்றன, 'இப்படிச் சொல்லிவிட்டோமே' என்கிற குற்றவுணர்ச்சியை அளிக்கின்றன, நம்மைச் சுற்றியிருக்கிற இதமான சூழலைக் கெடுக்கின்றன, பிறருக்கு எடுத்துக்காட்டாக இருக்கவேண்டிய பெற்றோர், ஆசிரியர்கள், அலுவலர்கள் போன்றோர்கூட இதனால் அவமானப்பட்டு நிற்கிறார்கள்.

ஆனால், அவர்கள் இதை விரும்பிச் செய்வதில்லை, தங்களையும் அறியாமல் செய்துவிடுகிறார்கள், அந்தப் பழக்கத்தை மாற்றுவதற்கான ஓர் உத்திதான் *'Swear Jar'*, அதாவது, கெட்ட வார்த்தை ஜாடி.

சிறுவன் ஒருவன் தன்னையும் அறியாமல் கெட்ட வார்த்தை ஒன்றைச் சொல்லிவிடுகிறான் என்றால், அவன் இந்த ஜாடியில் ஒரு டாலர் போடவேண்டும். அதாவது, தன்னுடைய சேமிப்பிலிருந்து, அல்லது 'பாக்கெட் மணி'யிலிருந்து ஒரு டாலரைத் தண்டனையாகக் கொடுக்கவேண்டும். இப்படி அவன் சொல்கிற ஒவ்வொரு கெட்ட வார்த்தைக்கும் ஒரு டாலர் தண்டனை உண்டு.

Swear Jar தண்டனையை வசூலிப்பது யார்?

அந்தச் சிறுவனைச் சுற்றியிருக்கிற மற்றவர்கள்தான் இந்தப் பயணத்தில் அவனுக்கு உதவவேண்டும். அவன் கெட்ட வார்த்தை பேசும்போது, 'ஏண்டா இப்படிப் பேசினே?' என்று அவனைத் திட்டாமல், *Swear Jar*ஐ நீட்டவேண்டும், அதன்மூலம் மறைமுகமாக இது தவறு, இந்தப் பழக்கத்தை நீ மாற்றிக்கொள்ளவேண்டும் என்ற உணர்வை உண்டாக்கவேண்டும்.

ஆக, *Swear Jar*ல் போடப்படுகிற காசு ஒரு சிறிய தண்டனைதான், அதில் காசு போடுகிறோமே என்கிற உணர்வுதான் பெரிய தண்டனை. அது தொடரத் தொடர, தன்னுடைய செயலுக்கு விளைவுகள் உண்டு என்பது அவனுக்குப் புரியும், படிப்படியாக அதிலிருந்து வெளியில் வருவான்.

அதன்பிறகு, Swear Jar என்ன ஆகும்?

அதில் இருக்கிற பணத்தைக் கொண்டு அந்தப் பையன் ஒரு பரிசு வாங்கிக்கொள்ளலாம்; அந்தப் பரிசைப் பார்க்கும்போதெல்லாம், தன்னால் மன உறுதியின்மூலம் ஒரு கெட்ட பழக்கத்தை வெல்ல இயன்றிருக்கிறது என்று பெருமைப்படலாம். அல்லது அந்தப் பணத்தை ஒரு நல்ல நோக்கத்துக்கு நன்கொடையாக அளித்துவிடலாம்.

உண்மையில், கெட்ட வார்த்தை பேசுகிறவர்கள்தான் Swear Jarஐப் பயன்படுத்தவேண்டும் என்று கட்டாயம் இல்லை, தங்களிடம் இருக்கும் கெட்ட பழக்கம் ஒன்றை மாற்றிக்கொள்ளவேண்டும் என்று விரும்புகிற யார் வேண்டுமானாலும் இதைப் பயன்படுத்தலாம்.

எடுத்துக்காட்டாக, தன்னுடைய சக ஊழியர்கள்மீது அடிக்கடி சினம் கொள்ளும் பழக்கம் கொண்ட ஒருவர், ஒவ்வொருமுறை சினம் கொள்ளும்போதும் ஒரு ஜாடியில் ஒரு குறிப்பிட்ட பணத்தைப் போட்டுப் பழகலாம். அவருடன் இருக்கிறவர்கள் அவர் சினம் கொள்ளும்போதெல்லாம் அந்த ஜாடியைச் சுட்டிக்காட்டி நகைச்சுவையாக அவருடைய பிழையை அவருக்கு உணர்த்தலாம்.

உண்மையில், ஜாடி, பணம் எல்லாம் இரண்டாம்பட்சம்தான். வெறுமனே 'Swear Jar' என்று சொன்னால்கூடப் போதும், அந்த நபர் தாம் செய்த பிழையை உணர்வார், அதை மாற்றிக்கொள்ளும் திசையில் முதல் அடி எடுத்துவைப்பார்.

ஏனெனில், நம்மிடம் ஒரு கெட்ட பழக்கம் இருக்கிறது, நம்மைச் சுற்றியிருக்கிறவர்கள் அதைக் கவனிக்கிறார்கள், நமக்குதான் அது தெரியவில்லை என்ற உணர்வு நமக்குள் ஒரு கூச்சத்தை உண்டாக்கும், இதைச் சரிசெய்துகொண்டால் நாம் இன்னும் சிறந்தவர்களாக இருக்கலாம் என்பதைப் புரியவைக்கும், அதற்கான முயற்சிகளில் ஈடுபடச்சொல்லும்.

அதற்காக, நம் பிழைகளை எண்ணி நாம் கூனிக்

குறுகவேண்டியதில்லை. பிழை இல்லாத மனிதர்கள் யாரும் கிடையாது. பிழைகளை, கெட்ட பழக்கங்களை உணர்ந்து அவற்றை மாற்றிக்கொள்ளவேண்டும் என்ற எண்ணம் வருவதே ஒரு பெரிய முன்னேற்றம்தான். உலகம்முழுவதும் எல்லா மக்களும் அதைத்தான் செய்கிறார்கள், பிழைகளைத் திருத்திக்கொண்டு வளர்கிறார்கள், இன்னும் மேம்பட்ட மனிதர்களாக ஆகிறார்கள். இதை நாம் புரிந்துகொண்டுவிட்டால், இந்த மனநிலை நமக்குப் பழகிவிட்டால், நமக்குள் ஒரு *Swear Jar* எப்போதும் இருக்கும், நாம் ஏதாவது பிழை செய்யும்போதெல்லாம் நம்முடைய மனக்கண்ணில் தோன்றும், 'உன்னை மேம்படுத்திக்கொள்' என்று அக்கறையோடு சொல்லும்.

34. ஜீனியஸும் சீனியஸும்

'ஜீனியஸ்' (மேதை) என்ற சொல்லைக் கேட்டதும் நம் மனத்தில் தோன்றும் காட்சி என்ன?

சட்டென்று நாம் அவர்களைச் சமூகத்திலிருந்து விலக்கி நிறுத்திவிடுகிறோம். ஏனெனில், கோடிக்கணக்கானவர்கள் வாழும் இடத்தில் சிலர்தான் ஜீனியஸ்களாக இருக்கிறார்கள். அவர்கள் கவிஞர்களாக, எழுத்தாளர்களாக, ஓவியர்களாக, விளையாட்டு வீரர்களாக, பாடகர்களாக என்று எந்தத் துறையில் இருந்தாலும் சரி, அந்தத் துறையில் ஆழம் செல்கிறார்கள், படைப்பில் உச்சத்தைத் தொடுகிறார்கள், அதே துறையில் அவர்களுடன் இயங்கிக்கொண்டிருக்கிற மற்ற பலர் இருந்தாலும், அந்த மற்றவர்களுடைய படைப்புகளுடன் ஒப்பிடும்போது இவர்களுடைய படைப்புகள் ஒரு தனித் தரத்துடன் இருக்கின்றன.

அதனால், ஜீனியஸ்களை ஒட்டுமொத்தச் சமூகத்துடன் சேர்ப்பது எப்படி? அவர்களையும் மற்றவர்களையும் ஒன்றாக நினைப்பது எப்படி? அவர்களைச் சற்று விலக்கிதான் நிறுத்தவேண்டும், அண்ணாந்துதான் பார்க்கவேண்டும், 'எப்பேர்ப்பட்ட திறமை' என்று வியக்கத்தான் வேண்டும்.

ஜீனியஸ்களை வியப்பது சரி, அவர்களை விலக்கி நிறுத்திவிட்டால், நாம் எப்படி ஜீனியஸ் ஆவது?

நம் பக்கத்து வீட்டில் ஒருவர் இருக்கிறார். ஏழைதான், ஆனால், கடின உழைப்பாளி. நன்கு வேலை செய்து சம்பாதிக்கிறார், குடும்பத்தைக் காப்பாற்றுகிறார், ஊரில் நல்ல பெயருடன் வாழ்கிறார்.

சில ஆண்டுகளுக்குப்பிறகு, அவர் தன்னுடைய சேமிப்பை வைத்து ஒரு சிறிய கடை தொடங்குகிறார், அதைப் படிப்படியாக முன்னேற்றிப் பெரிய அளவில் வளர்க்கிறார், ஊர்முழுவதும் கிளைகள் தொடங்குகிறார், பெரிய பணக்காரராகிவிடுகிறார்.

இப்போது, 'கொஞ்சநாள்முன்னாடி அவர் ஏழையா இருந்தார், தெரியுமா?' என்று சொன்னால் யாரும் நம்பக்கூடமாட்டார்கள். ஆனால், அவரை ஏழையாகப் பார்த்தவர்கள், அவருடைய உழைப்பை, வளர்ச்சியைக் கண்டவர்கள், இப்போது பணக்காரராகப் பார்க்கிறவர்கள், 'நாமும் கஷ்டப்பட்டு வேலை செஞ்சா நாளைக்கு இந்தமாதிரி பணக்காரனாகலாம்போல' என்றுதான் நினைப்பார்கள், ஊக்கம் பெறுவார்கள்.

மாறாக, அந்த மனிதர் பெரிய பணக்காரராக அந்த ஊருக்கு வந்துசேர்கிறார், முதல் நாளிலிருந்தே செழிப்பாகப் பணத்தை வாரி இறைக்கிறார் என்று வைத்துக்கொள்வோம், அப்போது, அவர்மீது மற்றவர்களுக்குப் பொறாமை வரலாம், ஊக்கம் வராது. ஏனெனில், அவர் ஏழையாக இருந்து முன்னேறியவர் என்கிற கதை அந்த ஊர் மக்களுக்குத் தெரியாது.

ஆக, ஒருவர் *A* என்ற இடத்திலிருந்து *B* என்ற இடத்துக்கு முன்னேறுவதை நாம் பார்த்தால், அல்லது அதைப்பற்றிக் கேள்விப்பட்டால், நாமும் அதுபோல் முன்னேற இயலும் என்கிற எண்ணம் நமக்கு வருகிறது, 'இன்னும் தயங்கி உட்கார்ந்திருந்தா எப்படி? சட்டுப்புட்டுன்னு நடபோம்' என்று தோன்றுகிறது, அவரிடமிருந்து நான்கு வாழ்க்கைப் பாடங்களைக் கற்றுக்கொள்ளலாம், பின்பற்றலாம் என்று

நினைக்கிறோம். அப்படியில்லாமல், அவரை நேரடியாக *B* என்ற இடத்தில் பார்த்தால், அந்த *B* நமக்குக் கிடைக்குமா என்கிற ஏக்கம்தான் வருகிறது.

ஜீனியஸ்கள் விஷயத்தில் நாம் செய்கிற தவறு அதுதான். அவர்களை நேரடியாக *B* என்ற இடத்தில் நிறுத்தி வியக்கிறோம், 'அவங்கல்லாம் தனி ரகம், நமக்கு ஒத்துவராது' என்று நினைத்துவிடுகிறோம்.

உண்மையில், பெரும்பாலான மேதைகள் பிறப்பதில்லை, உருவாகிறார்கள். தாங்கள் விரும்பிய துறையில் பல மணி நேரம் கடும் உழைப்பைக் கொடுத்து, எந்தக் கவனச் சிதறலும் இல்லாத விடாமுயற்சியைக் கொடுத்து, ஆர்வத்தின்மூலம் படைப்புத்திறமையை உருவாக்கிக்கொண்டு, பல தோல்விகளைச் சந்தித்து, அவற்றைப் பொருட்படுத்தாமல், தன்னைச் சுற்றி நடக்கிற மற்ற விஷயங்களுக்கு மயங்கித் திசை மாறாமல் தொடர்ந்து நடக்கிறார்கள், பிழைகளைத் திருத்திக்கொள்கிறார்கள், தொடர்ந்து பயிற்சி எடுக்கிறார்கள், பிறருடைய கருத்துகளைக் கூர்ந்து கேட்கிறார்கள், அதன்மூலம் மேதை ஆகிறார்கள்.

ஒருவேளை, சில மேதைகள் பிறவியிலேயே திறமையாளர்களாக இருந்திருக்கலாம். ஆனால் அவர்களும் அந்தத் திறமையை வைத்துக்கொண்டு சும்மா உட்கார்ந்திருக்கமாட்டார்கள், அதை இன்னும் பலமடங்கு மேம்படுத்தித்தான் இப்போதைய நிலைக்கு வந்திருப்பார்கள்.

அதனால், எல்லா மேதைகளும் *A*விலிருந்து *B*க்கு வந்தவர்கள்தான், நேரடியாக *B*ல் குதித்தவர்கள் இல்லை. அவர்கள் உயர்ந்தவர்கள் என்பதில் ஐயமில்லை, ஆனால், முயன்றால் நாமும் அவர்களைப்போல் ஆகலாம் என்று மனநிலையை மாற்றிக்கொள்ளவேண்டும். அப்போதுதான், ஜீனியஸ் ஆகாவிட்டாலும், நம் அறிவுநிலையை மேலும் மேம்படுத்திக்கொள்வது சாத்தியமாகும்.

பிரயன் ஈனோ என்ற பிரிட்டிஷ் இசைக்கலைஞர் ஜீனியஸுக்கு மாற்றாக 'சீனியஸ்' (*Scenius*) என்ற சொல்லை அறிமுகப்படுத்துகிறார். 'சீன்' என்றால் காட்சி, சூழல், 'சீனியஸ்' என்றால், அறிவாளிகளை, மேதைகளை உருவாக்குகிற ஒரு பண்பாட்டுச் சூழல்.

எடுத்துக்காட்டாக, தொழிலதிபர்கள் நிறைந்த ஒரு குடும்பத்தில் வளர்கிற ஒரு குழந்தை சிறுவயதிலிருந்தே தொழில், முதலீடு, லாபம், நஷ்டம் போன்ற விஷயங்களைக் கேட்குமில்லையா? கொஞ்சங்கொஞ்சமாக அந்தக் குழந்தைக்குத் தொழில்துறையில் ஈடுபடவேண்டும் என்கிற ஆர்வம் வருவது இயல்புதானே?

அதைப்போல, நல்ல பண்பாட்டுச் சூழலில் மேதைகள் உருவாவார்கள் என்கிறார் பிரயன். ஏனெனில், அதில் பங்கேற்கிற ஒவ்வொருவரும் இந்தச் சூழலால் ஊக்கம் பெறுவார்கள், வளர்வார்கள், மிகச் சிறந்த பணியைச் செய்வார்கள், ஜீனியஸ்களாக ஆவார்கள்.

இன்னொரு கோணத்தில் பார்த்தால், நாம் யாருடன் பழகுகிறோம், எவ்வகையான சூழலில் வளர்கிறோம் என்பதுதான் நாம் மேதை ஆவோமா இல்லையா என்பதைத் தீர்மானிக்கிறது. நல்ல ரசனை கொண்ட, கற்றுக்கொள்ளவும் கடினமாக உழைக்கவும் தயாராக இருக்கிற, தங்களுடைய பணியைத் தொடர்ந்து விமர்சனத்துக்கு ஆட்படுத்தி அதை மேலும் மேலும் மேம்படுத்துகிற மனிதர்கள் நிறைந்த ஒரு சீனியஸில் நுழைந்தால், நம்மைப்போன்ற எளிய மனிதர்களையும் அது ஊக்குவித்து வளர்க்கும், ஜீனியஸ் ஆக்கும். மாறாக, சோம்பல், கஷ்டப்படாமல் முன்னேறவேண்டும் என்கிற எண்ணம், நேர்மையின்மை, நான் செய்வதுதான் உயர்ந்தது எனும் செருக்கு, கற்றுக்கொள்வதில் ஆர்வமின்மை நிறைந்த ஒரு சூழலில் நுழைந்தால், இன்னும் கீழே தள்ளும்.

சொல்லப்போனால், நாம் பார்த்து வியக்கிற இந்த ஜீனியஸ்களெல்லாம் அப்படிப்பட்ட ஒரு சமூகச் சூழலில் கற்றுக்கொண்டு வளர்ந்தவர்கள்தான். காந்தியின் வாழ்க்கைக்

கதையைப் படித்தால், அவர் தானாக மகாத்மா ஆகவில்லை, அவர் சந்தித்த சூழல், மனிதர்கள், படித்த நூல்கள், செய்த விவாதங்கள், சிந்தனைகள்தான் அவரை மகாத்மா ஆக்கியது என்பது புரியும். ‘அவருக்கென்ன? பெரிய மகாத்மா!’ என்று எல்லாரும் நினைத்துவிட்டால் இன்னொரு மகாத்மா எப்படி வருவார்?

நமக்கான சீனியஸைக் கண்டறிவோம், அதில் கூடுதல் நேரம் செலவிடுவோம், ஒவ்வொரு நிமிடமும் வளர்வோம், ஜீனியஸ் பட்டம் கைக்கெட்டும் தொலைவுதான்!

35. ஐந்து விநாடி விதிமுறை

சாப்பிடுவதற்காக ஒரு பெரிய உணவகத்துக்குச் செல்கிறீர்கள். 'ஒரு மினிமீல்ஸ்' என்று சொல்லிவிட்டு வசதியாக அமர்ந்து மொபைலைக் கையில் எடுக்கும்போது, பக்கத்து மேசையில் ஒருவர் வந்து உட்கார்கிறார்.

அவரைப் பார்த்ததும், உங்கள் முகத்தில் திகைப்பு, அதிர்ச்சி, மகிழ்ச்சி, எல்லாம்... ஏனெனில், அவர் ஒரு பெரிய நிறுவனத்தில் முக்கியப் பொறுப்பில் இருக்கிறவர், அவரைப்பற்றி உங்களுக்கு நன்றாகத் தெரியும், பல செய்தித்தாள்கள், இதழ்கள், புத்தகங்களிலெல்லாம் அவருடைய கதையை, திறமைகளைப்பற்றிப் படித்து மகிழ்ந்திருக்கிறீர்கள், அவரை ஒரு லட்சிய பிம்பமாக நினைத்துக்கொண்டிருக்கிறீர்கள், அவரைப்போல் பெரிய ஆளாகவேண்டும் என்பதுதான் உங்களுடைய கனவு.

அப்படிப்பட்ட மனிதர் உங்களுக்குப் பக்கத்தில் அமர்ந்து சாப்பிட்டுக்கொண்டிருக்கிறார். இப்போது, நீங்கள் என்ன செய்வீர்கள்?

சிலர் சட்டென்று அவரிடம் பேச்சுக்கொடுத்துவிடுவார்கள், 'சார், உங்களை நேர்ல பார்க்கறது கனவுமாதிரி இருக்கு' என்று

சொன்னபடி அவருடன் நெருங்கிவிடுவார்கள், அவரிடம் தாங்கள் கேட்க நினைத்த கேள்விகளைக் கேட்டுக் கற்றுக்கொள்ள நினைத்த விஷயங்களைக் கற்றுக்கொண்டுவிடுவார்கள், அவருடைய தொலைபேசி எண்ணை வாங்கி இந்தத் திடீர் பழக்கத்தை நிரந்தர நட்பாக மாற்றிக்கொள்கிற கில்லாடிகள்கூட உண்டு.

ஒரே பிரச்சனை, அவர்கள் 'பலர்' இல்லை, 'சிலர்'தான். நூற்றுக்கு ஒருவர் அல்லது இருவர்தான் இப்படி எதிர்பாராமல் கிடைத்த வாய்ப்பைச் சட்டென்று பயன்படுத்திக்கொள்வார்கள், மற்றவர்கள் தயங்கி உட்கார்ந்திருப்பார்கள், 'அதெப்படி நாமாப் போய்ப் பேசறது? அவர் எதாவது நினைச்சுட்டார்ன்னா?' என்று யோசிப்பார்கள், 'அவர் எவ்ளோ பெரிய ஆளு! அவரோட நேரத்தை நாம வீணடிக்கலாமா?' என்று குழம்புவார்கள், 'நம்மகிட்டயெல்லாம் அவர் பேசுவாரா?' என்று கழிவிரக்கம் கொள்வார்கள்... இப்படி அவர்கள் யோசித்துக்கொண்டிருக்கும்போதே அவர் சாப்பிட்டு முடித்துவிட்டுக் கிளம்பிவிடுவார்.

யோசித்துப்பாருங்கள், எத்தனையோ உணவகங்கள் இருக்கிற இந்த ஊரில் நீங்கள் சாப்பிடுகிற அதே உணவகத்தில், அதுவும் நீங்கள் சாப்பிடுகிற அதே நேரத்தில், உங்களுக்குப் பக்கத்து மேசையில் அவர் வந்து அமர்கிறார் என்றால், அதற்கு வாய்ப்புகள் எவ்வளவு குறைவு! இன்னொருமுறை அதே அதிசயம் நடப்பதற்கு இன்னும் பல நூறு ஆண்டுகள் ஆகிவிடாதா! அப்படிப்பட்ட ஒரு மிகப் பெரிய வாய்ப்பை ஜஸ்ட் லைக் தட் நீங்கள் கைவிட்டுவிட்டீர்கள் என்றால் அதற்கு ஒரே காரணம், உங்களுடைய தயக்கம்தான்.

இப்படித் தெரிந்தும் தெரியாமலும் நாம் தயக்கத்தால் தவறவிட்ட வாய்ப்புகளைக் கணக்கிட்டுப்பார்த்தால் திகைப்பாக இருக்கும். அதில் ஐந்துக்கு ஓர் இடத்தில் தயங்காமல் பேசியிருந்தால்கூட நம் வாழ்க்கை இன்னும் பலமடங்கு முன்னேறியிருக்கும்.

இந்தத் தயக்கத்தை வெல்வதற்கு 'ஐந்து விநாடி விதிமுறை' என்ற

ஒன்றை முன்வைக்கிறார் புகழ் பெற்ற ஆளுமைப் பயிற்சியாளர் மெல் ராபின்ஸ். அதாவது, ஒரு விஷயம் நம் சிந்தனையில் தோன்றியதும் அடுத்த ஐந்து விநாடிகளுக்குள் நடவடிக்கை எடுத்துவிடவேண்டும்; அதற்குமேல் தயங்கிக்கொண்டிருந்தால் அந்த விஷயம் ஒருபோதும் நடக்காது.

ஐந்து விநாடிகளில் நடவடிக்கையா? அது எப்படிச் சாத்தியம்?

அந்த விஷயத்தையே ஐந்து விநாடிகளுக்குள் செய்துவிடவேண்டும் என்று மெல் ராபின்ஸ் சொல்லவில்லை, மனம் தயக்கத்தில் மூழ்கியிருக்கிற அந்த ஐந்து விநாடிகளுக்குள் அந்த விஷயத்தைச் செய்வதற்கான ஒரு நடவடிக்கையை எடுத்துவிடவேண்டும் என்றுதான் சொல்கிறார். அதாவது, மாடியில் ஒரு வாய்ப்பு இருக்கிறது என்று தெரிந்தால் ஐந்து விநாடியும் தயங்கிக்கொண்டு நிற்காமல் சட்டென்று முதல் படியில் ஏறிவிடவேண்டும் என்கிறார். அதன்மூலம், நீங்கள் அந்த வாய்ப்பை இன்னும் சற்று நெருங்கியிருப்பீர்கள், அதற்கான முயற்சியைத் தொடங்கியிருப்பீர்கள், அங்கிருந்து திரும்பிவருவது தோல்வியைப்போல் தோன்றும், தொடங்கிவிட்டோம் என்ற எண்ணமே உங்களுடைய தயக்கத்தை உடைத்து மேலும் முன்னேறவைக்கும்.

எடுத்துக்காட்டாக, உணவகத்தில் உங்களுக்குப் பக்கத்து இருக்கையில் அந்தப் பெரிய ஆளுமை அமர்ந்திருக்கிறார் என்பதைக் கவனித்ததும், சட்டென்று உட்கார்ந்த இடத்திலிருந்து எழுந்து நிற்கலாம், அல்லது அங்கிருந்தபடி அவரைப் பார்த்துச் சிரிக்கலாம், இப்படி ஏதோ ஓர் எளிய செயலின்மூலம் எண்ணத்திலிருந்து செயல்பாட்டை நோக்கி நகரலாம்.

அதன்பிறகும் நீங்கள் அவரிடம் சென்று பேசுவீர்கள் என்பதற்கு எந்த உத்தரவாதமும் கிடையாது. ஆனால், இதைச் செய்யாமல் சும்மா சிந்தித்துக்கொண்டே இருந்தால், கண்டிப்பாக அது நடக்கப்போவதில்லை.

இப்படி அந்த ஐந்து விநாடிகளில் என்னென்ன செய்யலாம்

என்று யோசித்தால், மெல் ராபின்ஸ் பல விஷயங்களைப் பட்டியலிடுகிறார்:

1. பேசலாம்: 'ஹலோ சார், என் பேரு ____' என்று நம்மை அவரிடம் அறிமுகப்படுத்திக்கொள்ளலாம், 'உங்களைப்பத்தி ரொம்பக் கேள்விப்பட்டிருக்கேன், இங்க உங்களைப் பார்த்தது சந்தோஷம். உங்களுக்கு ஆட்சேபணை இல்லைன்னா நான் உங்ககிட்ட கொஞ்சநேரம் பேசலாமா?' என்று அனுமதி கேட்கலாம்.

2. நடக்கலாம்: அதாவது, நாம் செய்ய நினைத்துத் தயங்கிக்கொண்டிருக்கிற விஷயம் இருக்கிற திசையை நோக்கிச் செல்லத் தொடங்கலாம், அதன்மூலம் நமக்குள் இருக்கிற அச்சங்கள் குறையும், 'இவ்வளவு பக்கத்துல வந்துட்டோம், இதைச் செஞ்சுடலாமே' என்று நினைப்போம்.

3. எழுதிவைக்கலாம்: 'ம்ஹூம், இதெல்லாம் கொஞ்சம் கஷ்டம்' என்று நினைக்கிறவர்கள், நம்முடைய நோட்டுப் புத்தகத்தில் அல்லது செல்ஃபோனில் அல்லது கணினியில் நாம் செய்யவேண்டிய வேலைகளை எழுதிவைப்போமில்லையா? அந்த *"To Do"* பணிப் பட்டியலில் இப்போது நாம் நினைத்துத் தயங்கிக்கொண்டிருக்கிற விஷயத்தை ஐந்து விநாடிகளுக்குள் குறித்துவிடலாம். அதனால், இப்போது இயலாவிட்டாலும் பின்னர் அதைச் செய்ய ஒரு வாய்ப்பு அமையும்.

4. நேரம் ஒதுக்கலாம்: வேலைகளை வெறுமனே எழுதிவைப்பதற்குப் பதிலாக, அவற்றுக்கு ஒரு குறிப்பிட்ட நேரத்தையும் வழங்குவது இன்னும் நல்ல பழக்கம். எடுத்துக்காட்டாக, 'நாம இந்தத் தலைப்பைப்பத்தி ஒரு வீடியோ பேசி வெளியிட்டா என்ன?' என்று யோசிக்கிற ஒருவர் அதை நினைத்துத் தயங்கி நின்றுகொண்டிருக்காமல், 'அடுத்த சனிக்கிழமை மதியம் சும்மாதான் இருப்பேன். அப்போ இந்த வீடியோவைப் பதிவுசெஞ்சுடலாம்' என்று ஐந்து விநாடிகளுக்குள் மனத்தில் அதற்கு நேரம் ஒதுக்கிவிடலாம்.

இந்த உத்திகளின் சிறப்பு, இவை அனைத்தையும் சில விநாடிகளுக்குள் செய்துவிடலாம். அதைவிட முக்கியமாக, இவை தயக்கப் பகுதியிலிருந்து செயல் பகுதிக்கு நம்மைச் செலுத்துகின்றன, அதனால், நாம் தயங்கி இழக்கக்கூடிய பல வாய்ப்புகளில் சிலவற்றையாவது நமக்குப் பெற்றுத்தருகின்றன. இந்தத் துணிவினால் நம்முடைய செயல்திறனைப் பெருக்கலாம், நலத்தை மேம்படுத்தலாம், வேலைகளைத் தள்ளிப்போடாமல் உடனுக்குடன் செய்யலாம், பதற்றம், அச்சத்தை வென்று தன்னம்பிக்கையுடன் செயல்படலாம்.

இந்த உத்தியை நம்பலாமா வேண்டாமா என்றுதானே யோசிக்கிறீர்கள்? உங்கள்முன் ஐந்து விநாடிகள் இருக்கின்றன, அதற்குள் செயல்படுங்கள்!

36. பொறியும் போராட்டமும்

ஆர்க்கிமிடீஸ், எடிசன்... இருவரும் உலகப் புகழ் பெற்ற அறிவியலாளர்கள்தான், பெரிய விஷயங்களைக் கண்டுபிடித்துப் பெயர் வாங்கியவர்கள்தான். ஆனால், இந்த இருவருக்கும் ஒரு முக்கியமான வேறுபாடு உண்டு. அது என்ன?

ஒருநாள், ஆர்க்கிமிடீஸ் குளியல் தொட்டியில் குளித்துக் கொண்டிருந்தார், அவருடைய உடல் எடைக்கு இணையான அளவு தண்ணீர் மட்டம் உயருவதைக் கண்டார், அப்போது அவர் சிந்தித்துக்கொண்டிருந்த அறிவியல் பிரச்சனைக்கு இது ஒரு தீர்வாக அமைந்தது, 'யுரேகா' என்று கத்தியபடி அங்கிருந்து வெளியேறி ஓடினார்.

இதைப்போல் இன்னும் பல அறிவியல் பிரச்சனைகளை எடிசன் கையாண்டார். ஆனால், அவற்றுக்கான தீர்வு அவருக்குத் திடீரென்று எங்கிருந்தோ கிடைத்துவிடவில்லை. பல நாட்கள் ஆய்வகத்தில் தொடர்ந்து உழைத்தார், பல தீர்வுகளை முயன்றுபார்த்தார், அதன்பிறகுதான் சரியான தீர்வு அவருக்குக் கிடைத்தது.

அதனால், எடிசன் செய்தது உயர்வு, ஆர்க்கிமிடீஸ் செய்தது தாழ்வு என்று எண்ணிவிடக்கூடாது. இவர்கள் இருவரும் இரண்டு வெவ்வேறு வழிகளில் தீர்வை நோக்கி முன்னேறியிருக்கிறார்கள்.

அந்த வேறுபாட்டைத்தான் நாம் புரிந்துகொள்ளவேண்டும், இந்த இரண்டு வழிகளையும் நம்முடைய பிரச்சனைகளுக்குத் தீர்வு காணப் பயன்படுத்திக்கொள்ளவேண்டும்.

அதாவது, ஒரே மனிதர் இன்றைக்கு எடிசனாக இருக்கலாம், நாளைக்கு ஆர்க்கிமிடீஸ் ஆகலாம், இன்னொரு நாள் இந்த இருவராகவும்கூட இருக்கலாம். இந்த மூன்றுமே பிரச்சனைகளைத் தீர்க்கும் நல்ல வழிகள்தான். சொல்லப்போனால், இரண்டும் கலந்த அந்த மூன்றாவது வழிதான் மிகச் சிறந்தது.

எடுத்துக்காட்டாக, எழுத்தாளர் ஒருவர் தன்னுடைய புதிய கதைக்கான யோசனையைத் தேடி அங்குமிங்கும் நடக்கிறார். திடீரென்று ஒரு காட்சி அவருடைய கண்ணில் படுகிறது, அல்லது ஒரு புதுமையான சிந்தனை தோன்றுகிறது, சட்டென்று அதைக் கதையாக்கி எழுதிவிடுகிறார்.

சில நாட்களுக்குப்பிறகு, அவர் இன்னொரு கதை எழுதவேண்டியிருக்கிறது. இந்தமுறையும் புதிய யோசனையைத் தேடிப் பலவிதமாக முயல்கிறார். எதுவும் ஒத்துவரவில்லை. அதனால், ஏதோ ஒரு கதையை எழுதத் தொடங்குகிறார். அது சரியாக அமையவில்லை. அதை நிறுத்திவிட்டு வேறொரு கதை எழுதுகிறார். அதுவும் சரிப்படவில்லை. இப்படி ஐந்தாறு கதைகளை முயன்றபின் ஒரு நல்ல கதை அமைகிறது. மகிழ்ச்சியுடன் அதை எழுதுகிறார்.

இங்கு முதல் கதையை எழுதியபோது அந்த எழுத்தாளர் ஆர்க்கிமிடீஸ்போல் செயல்பட்டிருக்கிறார். அதாவது, ஒரு கணத்தில் கிடைத்த பொறியைப் பயன்படுத்திக்கொண்டு வெற்றியடைந்திருக்கிறார். ஆனால், இரண்டாவது கதையின்போது அவர் எடிசன்போல் செயல்பட்டிருக்கிறார். அதாவது, பொறி ஏதும் கிடைக்காமல் போராடி வெற்றியடைந்திருக்கிறார்.

கொஞ்சம் கூர்ந்து கவனித்தால், இந்த இரண்டு சூழ்நிலைகளிலும் அவர் ஆர்க்கிமிடீஸ், எடிசன் என்ற இருவருடைய வழிகளையும் பின்பற்றிதான் இருக்கிறார் என்பது புரியும். அதாவது, முதல் கதையின்போது கிடைத்த பொறி சட்டென்று கதையாக

அந்த இளைஞர் அவர் சொல்வதை அப்படியே நம்பிவிடாமல் உண்மையை ஆராய்ந்து புரிந்துகொள்ளவேண்டும், அதன்மூலம் நம்பிக்கை பெறவேண்டும்.

ஒருவேளை, பக்கத்துவீட்டுக்காரர் சொல்லும் தகவல் உண்மையாக இருந்தால்?

அப்போதும், லட்சத்தில் நூறு பேர் தேர்ந்தெடுக்கப்படுகிறார்கள் என்கிற செய்தி அந்த இளைஞருக்கு ஊக்கம் தரவேண்டும், லட்சத்தில் பல ஆயிரம் பேர் நிராகரிக்கப்படுகிறார்கள் என்பதை எண்ணி ஊக்கமிழக்கக்கூடாது.

நான்காவது, Distract. நாம் ஒரு விஷயத்தைச் செய்வதற்காகக் கஷ்டப்பட்டு உழைத்துக்கொண்டிருக்கும்போது வேறு கவனச்சிதறல்கள் நம்மை ஈர்க்கப்பார்க்கும். அவற்றுக்குப் பின்னால் சென்றுவிடக்கூடாது. நம்முடைய இலக்கில் கவனம் வைத்து உழைக்கும்போது, நம்மைச் சுற்றி நடக்கிற மற்ற விஷயங்கள் நம்மைப் பாதிக்காது, நம் விரைவையோ ஊக்கத்தையோ குறைக்காது.

ஐந்தாவதாக, Divide, நம்மைப் பிரித்துப்பேசுகிற எண்ணங்களுக்கு நாம் முக்கியத்துவம் தரக்கூடாது. ‘அவன் அப்படி, நான் அப்படி இல்லை’ என்று மனிதர்களை வெவ்வேறாக நினைக்கும்போது நம்முடைய ஒட்டுமொத்த வலிமை குறைகிறது, ‘அவனுக்கும் எனக்கும் இந்த ஒற்றுமை உள்ளது, அதனால் நாங்கள் இணைந்து பணியாற்றலாம்’ என்ற எண்ணம் உள்ளவர்கள் அனைவரையும் சேர்த்துக்கொண்டு முன்னேறுவார்கள்.

ஜான் கார்டன் சொல்லும் இந்த ஐந்து Dக்களையும் நாம் ஒவ்வொரு நாளும் பார்க்கிறோம். நம்முடன் பேசுகிறவர்கள், நமக்கு மின்னஞ்சல் அனுப்புகிறவர்கள், ஃபேஸ்புக்கில், ட்விட்டரில், யூட்யூபில் நமக்குப் பல விஷயங்களைப் பகிர்ந்துகொள்கிறவர்கள், பதிப்பிக்கிறவர்கள் என எல்லாரும் நமக்கு ஐயத்தை உண்டாக்குகிறார்கள், உண்மைகளைத் திரித்துப்பேசுகிறார்கள், நம்மை ஊக்கமிழக்கச்செய்ய

முயல்கிறார்கள், நம் கவனத்தைச் சிதறடிக்கிறார்கள், நம்மைப் பிரித்து வலுவிழக்கச்செய்கிறார்கள். இதையெல்லாம் புரிந்துகொண்டு தவிர்க்கப் பழகுவது நமக்கு நல்லது.

அதற்காக, இவர்களையெல்லாம் வில்லன்களாக எண்ணவேண்டாம். நம்மையும் அறியாமல் நாமும் இதே தவறுகளைப் பிறருக்குச் செய்யக்கூடும். அதனால், இந்த Dக்கள் பிறரிடமிருந்து வரும்போது அவற்றை அடையாளம் கண்டு தவிர்ப்பதைப்போல், இவை நம்மிடமிருந்து பிறருக்குச் செல்லாதபடியும் பார்த்துக்கொள்ளவேண்டும்.

நோயைமட்டும் சொன்னால் எப்படி? அதற்கு என்ன மருந்து என்றும் சொல்லவேண்டாமா?

ஐந்து Dக்களைத் தவிர்க்கும் வழிகளையும் ஜான் கார்டன் விளக்குகிறார்: ஐயத்துக்குப் பதில் நம்பிக்கையை வளர்த்துக்கொள்வோம், பொய்களுக்குப் பதில் உண்மைகளை ஆராய்ந்து அறிவோம், ஊக்கமிழக்கச்செய்யும் சொற்களைப் பேசாமல் ஒருவருக்கொருவர் ஊக்கத்தை வழங்கிக்கொள்வோம், கவனச்சிதறல் இல்லாமல் நம் பணிகளைக் கூர்ந்து கவனிப்போம், பிரிவினையை ஊக்குவிக்காமல் ஒற்றுமையைப் பேசுவோம்.

அடுத்தமுறை நீங்கள் செய்தித்தாளைப் பிரித்தாலும் சரி, ஃபேஸ்புக்கைத் திறந்தாலும் சரி, பிறரிடம் அரட்டை அடித்தாலும் சரி, உங்கள் கண்களில் தெரிகிற, காதுகளில் விழுகிற எல்லா விஷயங்களிலும் இந்த ஐந்து Dக்களைத் தேடுங்கள், அவற்றைக் கவனமாகத் தவிர்த்துவிட்டு மாற்று வழிகளில் சிந்தியுங்கள், உங்களுடைய பேச்சிலும் எழுத்திலும்கூட இந்த மாற்று வழிகளைப் பயன்படுத்துங்கள், ஒவ்வொருவரும் இதைக் கவனமாகச் செய்தால், உலகம் எதிர்மறையானது என்கிற எண்ணம் மாறி, உலகம் நேர்விதமானது, இங்கு நமக்கு நல்லவை நடக்கும் என்கிற நம்பிக்கை பரவும்.

39. நேர்சிந்தனையைக் கற்றுக்கொள்ளலாம்

அரசர் ஒருவருக்குத் திடீரென்று ஓர் ஐயம் வந்தது, 'இந்த உலகத்தில் பாலை வெறுக்கும் பூனை உண்டா?' என்று தன்னுடைய அவையோரைக் கேட்டார்.

'வாய்ப்பே இல்லை' என்று அவருடைய அவையோர் மறுத்தார்கள். 'எல்லாப் பூனைகளும் பாலை விரும்பிக் குடிக்கும். எந்தப் பூனையும் பாலை வெறுக்காது.'

'அதெல்லாம் எனக்குத் தெரியாது. பாலை வெறுக்கிற ஒரு பூனையை நான் பார்த்தாகவேண்டும்' என்றார் அரசர், 'உங்களுக்கு ஒரு மாதம் கொடுக்கிறேன். அதற்குள் பாலை வெறுக்கிற ஒரு பூனையைக் கண்டுபிடித்துக் கொண்டுவாருங்கள்.'

இதைக் கேட்ட அவையோர் குழம்பிப்போனார்கள். ஒரு மாதம் என்ன, ஓர் ஆண்டு முழுக்கத் தேடினாலும் பாலை வெறுக்கிற பூனை எங்கும் கிடைக்காது என்பதால் தாங்கள் அரசருடைய சினத்துக்கு ஆளாகிவிடுவோமோ என்று தவித்தார்கள்.

அப்போது, அந்த அவையில் இருந்த புலவர் ஒருவருடைய முகத்தில் புன்னகை மலர்ந்தது. 'பாலை வெறுக்கிற பூனைதானே?

கண்டுபிடித்துவிடலாம்!' என்று சிரித்தார். 'பொறுப்பை என் கையில் விட்டுவிடுங்கள், நான் இந்தப் பிரச்சனையைப் பார்த்துக்கொள்கிறேன்.'

ஒரு மாதம் கழித்து, அரசர் மீண்டும் அவைக்கு வந்தார், 'பாலை வெறுக்கிற பூனை எங்கே?' என்று கேட்டார்.

'இதோ, இங்கே' என்றபடி அங்கு வந்தார் அந்தப் புலவர். அவருடைய கையில் ஒரு பூனை இருந்தது.

'இந்தப் பூனைதானா?' என்று ஐயத்துடன் கேட்டார் அரசர். 'இதைப் பார்த்தால் சாதாரணமான பூனையைப்போல்தானே இருக்கிறது.'

'ஆமாம் அரசே. இது சாதாரணமான பூனைதான். ஆனால், இதற்குப் பால் பிடிக்காது' என்றார் புலவர்.

'சரி, இதைப் பரிசோதித்துவிடுவோம்' என்று கைதட்டினார் அரசர். உடனடியாக, ஒரு கிண்ணத்தில் பால் வந்தது, அதை அந்தப் பூனைக்கு முன்னால் வைத்தார்கள்.

அந்தப் பூனை கிண்ணத்துக்கு அருகில் வந்தது, பாலை முகர்ந்து பார்த்தது. அவ்வளவுதான், சட்டென்று அஞ்சி ஓடிவிட்டது.

அரசர் வியந்துபோனார், 'அட, பால் பிடிக்காத பூனை!' என்று சிரித்தார். புலவருக்குப் பரிசுகளை வாரி வழங்கினார். பிறகு, 'நீங்கள் இந்த அதிசயத்தை எப்படிச் சாதித்தீர்கள்?' என்று கேட்டார்.

புலவர் தன்னுடைய தந்திரத்தை விளக்கினார், 'அரசே, இதுவும் வழக்கமான பூனைதான், பாலை விரும்பிக் குடிக்கிற பூனைதான். ஆனால், நீங்கள் பாலை வெறுக்கிற பூனை வேண்டும் என்று கேட்டதால், நான் இதற்கு ஒரு மாறுபட்ட பயிற்சி கொடுத்தேன். அதன்மூலம் அது பாலை வெறுக்கத் தொடங்கிவிட்டது.'

'அப்படி என்ன பயிற்சி கொடுத்தீர்கள் புலவரே?'

'ஒவ்வொரு நாளும் பாலை நன்றாகக் காய்ச்சிச் சுடச்சுடப் பூனைக்குக் கொடுத்தேன். அது ஆசையுடன் பாலைக் குடித்தது. ஆனால், நாக்கில் சூடு பட்டுக்கொண்டது. இதைத் திரும்பத் திரும்பச் செய்ததும், பால் என்றாலே சுடும், நாக்கு வலிக்கும் என்று பூனை எண்ணத் தொடங்கிவிட்டது, பாலை வெறுக்கத் தொடங்கிவிட்டது' என்றார் புலவர்.

உண்மையில் பால் என்பது மிகச் சுவையானது, சத்துகள் நிறைந்தது, ஆனால், அது எப்போதும் சூடாகத்தான் இருக்கும் என்று இந்தக் கதையில் வருகிற பூனை நம்புகிறது, அதனால், எந்தப் பாலையும் குடிக்க மறுக்கிறது, பல நன்மைகளை இழக்கிறது.

மனிதர்களும் கிட்டத்தட்ட இதேமாதிரிதான் என்கிறார் உளவியலாளர் மார்ட்டின் செலிக்மன். அவர் இதை "*Learned Helplessness*" என்று அழைக்கிறார், அதாவது முன்பு நமக்கு நடந்த அனுபவங்களை வைத்து, ஒரு குறிப்பிட்ட சூழ்நிலையில் நம்மால் எதுவும் செய்ய இயலாது என்று நினைத்துவிடுகிறோம், முயற்சிகூடச் செய்யாமல் சும்மா அமர்ந்துவிடுகிறோம்.

எடுத்துக்காட்டாக, அலுவலகத்தில் ஒருநாள் மின்சாரம் இல்லை, லிஃப்ட் இயங்கவில்லை, அதனால், குண்டான மனிதர் ஒருவர் படிகளில் ஏறி மூன்றாம் மாடிக்குச் செல்கிறார். அதற்குள் அவருக்கு நன்கு வியர்த்துவிடுகிறது, மூச்சுவாங்கிக்கொண்டு மிகவும் சிரமப்படுகிறார்.

இதனால், அதன்பிறகு மாடிப்படியைப் பார்த்தாலே அவருக்கு அச்சம், 'மாடி ஏறினா எனக்கு வியர்க்கும், மூச்சுவாங்கும்' என்கிறார், ஒரே ஒரு மாடி என்றாலும் சரி, ஏறுவதில்லை, எப்போதும் லிஃப்டைத் தேடுகிறார், லிஃப்ட் இல்லாத இடங்களுக்கு வர மறுத்துவிடுகிறார். இதுதான் *Learned Helplessness.*

இதற்கு எதிர்த்திசையில் *Learned Optimism* என்று ஒரு விஷயம் இருக்கிறது. அதாவது, நேர்விதமாகச் சிந்திக்கக் கற்றுக்கொள்வது.

*Learned Helplessness*ஐ *Learned Optimism*ஆக மாற்றுவது எப்படி? இதற்கு மார்ட்டின் செலிக்மன் ஒரு நல்ல உத்தியை முன்வைக்கிறார்: '*Permanent, Pervasive, Personal* ஆகிய மூன்று விஷயங்களை நீக்கிவிட்டு, *Transient, Specific, Situational* ஆகிய மூன்று விஷயங்களை அங்கு நிரப்புங்கள்.'

இந்த உத்தியைப் புரிந்துகொள்வதற்கு ஓர் எடுத்துக்காட்டு: ஒருவர் சொந்தமாகத் தொழில் தொடங்குகிறார், அதில் இழப்பு ஏற்பட்டுவிடுகிறது. அதனால், அந்தத் தொழிலை விட்டுவிட்டு வேறு வேலைக்குச் செல்லலாம் என்று யோசிக்கிறார். இதற்கு என்ன காரணம்?

முதலில், அவர் இந்தத் தோல்வி *Permanent* (நிரந்தரம்) என்று நினைத்துவிடுகிறார், பால் எப்போதும் சுடும் என்று நினைத்த அந்தப் பூனையைப்போல. அதற்குப்பதிலாக, இது *Transient* (தாற்காலிகமானது, மாறக்கூடியது) என்று நினைத்தால், தொழிலில் ஏற்றத்தாழ்வுகள் இருக்கும், இப்போது வந்த தோல்வி எப்போதும் வரும் என்று எண்ணவேண்டியதில்லை என்பது அவருக்குப் புரியும்.

அடுத்து, அவர் இந்தத் தோல்வி *Pervasive* (எங்கும் நிறைந்திருப்பது) என்று நினைத்துவிடுகிறார். அதாவது, தான் எந்த முயற்சியில் ஈடுபட்டாலும் தோல்விதான் வரும் என்று நினைக்கிறார். அதற்குப் பதிலாக, இது *Specific* (குறிப்பிட்ட முயற்சிக்கான பலன்) என்று நினைத்தால், எல்லாத் தொழில் முயற்சிகளும் இப்படித்தான் ஆகும் என்று அவர் அஞ்சமாட்டார்.

மூன்றாவதாக, அவர் இந்தத் தோல்வியை *Personal*ஆக (தனிப்பட்டமுறையில்) எடுத்துக்கொண்டுவிடுகிறார். அதாவது, தனக்குச் சொந்தத் தொழில் செய்யும் திறமை இல்லை, தான் தொழில் செய்தால் வெற்றி கிடைக்காது என்று நினைத்துவிடுகிறார். அதற்குப்பதிலாக, இது *Situational* (சூழ்நிலையால் ஏற்பட்டது) என்று நினைத்தால், வேறொரு சூழ்நிலையில் தனக்கு வெற்றி கிடைக்கும் என்ற நம்பிக்கை வரும்.

இப்படி நாம் சந்திக்கிற பிரச்சனைகளையெல்லாம் நிரந்தரமாக, எங்கும் நிறைந்திருப்பவையாக, தனிப்பட்ட தோல்விகளாக எண்ணிக்கொள்ளாமல், இது மாறிவிடும், எல்லா இடங்களிலும் இப்படி ஆகாது, இது ஏதோ சூழ்நிலையால் ஏற்பட்ட ஒன்று என்று எண்ணத் தொடங்கினால், அடுத்த முயற்சிகளில் இன்னும் ஊக்கத்துடன் ஈடுபடலாம். இதைத்தான் *Learned Optimism* என்கிறார் மார்ட்டின் செலிக்மன்.

சுருக்கமாகச் சொன்னால், எதிர்மறை நிகழ்வுகளையும் நேர்விதமாகப் பார்த்து ஊக்கம் பெறவேண்டும். அதன்பிறகு நம் முன்னேற்றமும் வளர்ச்சியும் தானாக நடக்கும்.

40. ஓஹ்னோ வட்டம்

நண்பர் ஒருவர் சமீபத்தில் ஜப்பான் சென்றிருந்தார், அங்குள்ள சில தொழிற்சாலைகளில் பயன்படுத்தப்படுகிற நவீன தொழில்நுட்பங்கள், இயந்திரங்கள், செயல்முறைகளைக் கற்றுக்கொண்டு திரும்பினார், அந்த அனுபவத்தைப்பற்றி எங்களிடம் பரவசத்துடன் பேசினார்.

'அந்தத் தொழிற்சாலைகளில் நீங்கள் கற்றுக்கொண்ட மிக எளிமையான, யார் வேண்டுமானாலும் பின்பற்றக்கூடிய, ஆனால் மிகப் பயனுள்ள உத்தி ஒன்றைச் சொல்லுங்கள்' என்று யாரோ அவரிடம் கேட்டார்கள். சட்டென்று அவருடைய பதில் வந்தது, 'ஓஹ்னோ வட்டம்.'

அதென்ன ஓஹ்னோ வட்டம்?

ஜப்பானின் சில தொழிற்சாலைகளில் ஆங்காங்கு ஒரு சிறு வட்டம் வரைந்திருப்பார்களாம், அந்த வட்டத்துக்குள் இரண்டு கால் தடங்கள் இருக்குமாம். அதன் பொருள், அந்த வட்டத்துக்குள் ஒருவர்மட்டும் நுழையலாம், ஒரு குறிப்பிட்ட திசையைப் பார்த்துக்கொண்டு நிற்கலாம்.

அப்படி நின்றால் என்ன நடக்கும்?

அந்த வட்டத்துக்கு எதிரில் உள்ள இயந்திரம் அல்லது செயல்முறையை அவர் கூர்ந்து பார்க்கலாம், கவனிக்கலாம், குறிப்பெடுக்கலாம்.

அப்படிக் குறிப்பெடுத்தால் என்ன நடக்கும்?

அந்த இயந்திரத்தையோ செயல்முறையையோ அவர் நன்றாகப் புரிந்துகொள்வார்.

அப்படிப் புரிந்துகொண்டால் என்ன நடக்கும்?

அங்குள்ள நல்ல விஷயங்களைக் கற்றுக்கொள்வார், அங்கு ஏதேனும் பிரச்சனை இருந்தால் அவற்றை அடையாளம் காண்பார், அதன்மூலம் அந்தப் பிரச்சனையைத் தீர்ப்பதற்கான வாய்ப்பு அமையும்.

'ஒரு சிறிய வட்டத்துக்குள் இத்தனை விஷயங்களா!' என்று வியக்கிறீர்களா? இதைப்பற்றி மேலும் தெரிந்துகொள்வதற்கு முன்னால், அந்த வட்டத்துக்கு ஏன் 'ஓஹ்னோ வட்டம்' என்று பெயர் வைத்தார்கள் என்பதைப் பார்ப்போம்.

Taiichi Ohno என்பவர் ஜப்பானைச் சேர்ந்த பொறியாளர், தொழிலதிபர், டயோட்டா உற்பத்தி அமைப்பு எனப்படும் அமைப்பை உருவாக்கி உலகப் புகழ் பெற்றவர்.

இந்த ஓஹ்னோவின் தொழிற்சாலையில் யாராவது புதிதாக வேலைக்குச் சேர்ந்தால், அவர் அவர்களை அழைத்துச்சென்று ஓர் இயந்திரத்தின்முன்னால் நிறுத்திவிடுவாராம். அங்கு தரையில் ஒரு சிறிய வட்டம் வரைந்து, 'இந்த வட்டத்துக்குள் நின்றுகொண்டு இந்த இயந்திரம் எப்படி இயங்குகிறது, இங்குள்ளவர்கள் என்ன வேலை பார்க்கிறார்கள் என்பதைக் கவனியுங்கள்' என்று சொல்லிவிட்டுச் சென்றுவிடுவாராம்.

அதாவது, அந்தப் புதியவருக்கு முதல் பயிற்சி, ஏற்கெனவே களத்தில் என்ன நடக்கிறது என்பதைக் கூர்ந்து கவனித்தல், அதுவும், அந்தப் பக்கம், இந்தப் பக்கம் நகராமல் ஒரே

இடத்தில் நின்றபடி ஒன்று விடாமல் பார்த்துக் குறிப்பெடுத்தல், புரிந்துகொள்ளுதல், ஏதாவது ஐயங்கள் ஏற்பட்டால் தெளிவுபடுத்திக்கொள்ளுதல்.

சிறிது நேரம் கழித்து, ஓஹ்னோ மீண்டும் அங்கு வருவார், வட்டத்துக்குள் நிற்கிற புதியவரைப் பார்த்து, 'என்ன? எல்லாத்தையும் கவனிச்சீங்களா?' என்பார்.

'நல்லாக் கவனிச்சேன், என்ன நடக்குதுன்னு புரிஞ்சுக்கிட்டேன்' என்பார் புதியவர்.

உடனடியாக, ஓஹ்னோ அந்த இயந்திரத்தைப்பற்றிச் சில கேள்விகளைக் கேட்கத் தொடங்குவார். ஒருவேளை, புதியவர் உண்மையிலேயே அங்கு நடப்பதைக் கூர்ந்து கவனித்திருந்தால், அவருடைய கேள்விகளுக்கு எளிதில் பதில் சொல்லிவிடலாம். இல்லையென்றால், திருதிருவென்று விழிக்கவேண்டியதுதான்.

அப்போது, ஓஹ்னோ மீண்டும் அதே உத்தியைப் பயன்படுத்துவார். 'நீங்க சரியாக் கவனிக்கலைன்னு நினைக்கறேன். இதே வட்டத்துக்குள்ள நின்னு தொடர்ந்து கவனிங்க, நான் அப்புறமா வர்றேன்' என்று சொல்லிவிட்டுப் போய்விடுவார். அவரிடம் 'பாஸ் மார்க்' வாங்கும்வரை புதியவர் அந்த வட்டத்துக்குள் நின்று கவனிக்கவேண்டியதுதான்.

ஓஹ்னோ உண்மையிலேயே தொழிற்சாலைத் தளத்தில் இப்படி வட்டங்களை வரைந்தாரா அல்லது இது ஒரு சுவையான கற்பனையா என்பது நமக்குத் தெரியாது. ஆனால், அந்த வட்டங்களின்மூலம் நாம் கற்றுக்கொள்கிற பாடம் உண்மையானது, மிக எதார்த்தமானது, மிக எளிமையானது, மிகச் சிறப்பான பலன்களைத் தரக்கூடியது. ஒரு விஷயத்தை நன்றாகப் புரிந்துகொள்ளவேண்டுமென்றால், அதை நன்றாகக் கவனிக்கவேண்டும். புத்தகங்களில் படித்தேன், இன்னொருவரிடம் கேட்டேன், வீடியோவைப் பார்த்தேன் என்பதெல்லாம் அந்த இடத்தில் நின்று கூர்ந்து கவனிப்பதற்கு இணையாகாது.

எடுத்துக்காட்டாக, சமையல் கற்றுக்கொள்ள விரும்பும் ஒருவர் உண்மையான சமையலறைக்குள் நுழையவேண்டும், அங்கிருக்கும் அடுப்பு, மற்ற கருவிகளைக் கவனிக்கவேண்டும், ஏற்கெனவே நன்கு சமைக்கிற ஒருவர் அந்தக் கருவிகளை எப்படிப் பயன்படுத்துகிறார், அவற்றைக்கொண்டு என்னவெல்லாம் செய்கிறார், ஏதாவது பிரச்சனை வந்தால் எப்படிச் சமாளிக்கிறார் என்பதையெல்லாம் கவனிக்கவேண்டும். இந்தப் படிப்பு அவருடைய சமையல் கல்விக்கு ஒரு நல்ல அடித்தளமாக அமையும்.

சொல்லப்போனால், சமைக்கிறவர்கள்மட்டும்தான் இந்தப் பயிற்சியைச் செய்யவேண்டும் என்கிற கட்டாயம்கூட இல்லை. 'என்ன பெரிய சமையல்? அடுப்புல அரிசியை ஏத்திவெச்சாத் தானா வேகுது' என்று அலட்சியமாகப் பேசுகிறவர்களைச் சமையலறை வாசலில் ஒரு வட்டம் போட்டு நிறுத்திவைத்தால், அங்கு என்னென்ன நடக்கிறது, அதைச் சமாளிக்க எப்படிப்பட்ட திறமைகள் தேவைப்படுகின்றன, சமையலை ஏன் 'கலை' என்று சொல்கிறார்கள் என்பதையெல்லாம் அவர் கூர்ந்து கவனித்துப் புரிந்துகொள்ளலாம். அதாவது, இந்தப் பயிற்சியின்மூலம் சமைக்கிறவருடைய உண்மையான பங்களிப்பை, முக்கியத்துவத்தை அவர் உணர்ந்துகொள்ளும்படி செய்யலாம்.

அதனால்தான், இப்போதெல்லாம் பல பெரிய நிறுவனங்களில் முக்கியப் பொறுப்புகளில் சேர்கிறவர்களைக்கூட ஓரிரு நாட்கள் தொழிற்சாலைக்குச் சென்று கவனிக்கச் சொல்கிறார்கள், வாடிக்கையாளர்களுடைய தொலைபேசி அழைப்புகளைக் கேட்கச் சொல்கிறார்கள், அவர்களை நேரடியாகச் சந்தித்துப் பேசச் சொல்கிறார்கள், அதன்மூலம் கிடைக்கிற கல்வி நேரடியானது, மிக உயர்வானது, அது எத்தனையோ புத்தகங்களைப் படிப்பதன்மூலமும், பயிற்சி வகுப்புகளில் அமர்வதன்மூலமும் கிடைக்காது.

நாமும் ஒரு புதிய விஷயத்தைக் கற்றுக்கொள்ளவேண்டிய

சூழ்நிலை வரும்போது, அந்தக் களத்துக்குச் சென்று நின்றுவிடலாம், நம் கால்களைச் சுற்றி ஓர் ஓஹ்னோ வட்டம் வரைந்துகொண்டு, அங்கு நடப்பதைக் கூர்ந்து கவனிக்கலாம், புரிந்துகொள்ளலாம்.

எடுத்துக்காட்டாக, அலுவலகத்தில் ஊழியராகப் பணிபுரியும் ஒருவர் மேலாளராக விரும்பினால் அதற்கான எளிய முதல் பயிற்சி, தன்னுடைய மேலாளரைக் கூர்ந்து கவனிப்பதுதான். அவர் என்னவெல்லாம் செய்கிறார், ஏன் செய்கிறார் என்பதைப் பார்த்துப் புரிந்துகொள்ளலாம். அல்லது கேட்டுத் தெரிந்துகொள்ளலாம். இதை ஒரு மேலாளருடன் நிறுத்திவிடாமல் நம்மைச் சுற்றியிருக்கிற நான்கைந்து மேலாளர்களுக்குமுன்னால் ஒரு வட்டம் வரைந்து அதற்குள் நின்றுகொண்டு கவனிக்கத் தொடங்கினால், அது எப்பேர்ப்பட்ட கல்வியாக இருக்கும்!

நம்முடைய வெற்றிக்கு உதவக்கூடியவர்கள் எங்கும் இருக்கிறார்கள், அதற்குத் துணைநிற்கக்கூடிய உத்திகள் எங்கும் இருக்கின்றன, கவனிப்பவர்கள் புரிந்துகொள்வார்கள், கற்றுக்கொள்வார்கள், முன்னேறுவார்கள், அவர்களைப் பார்த்து இன்னும் பலர் முன்னேறுவார்கள், நேர்விதமான இந்த வளர்ச்சிதான் நம்முடைய சமுதாயத்தை முன்னுக்குக் கொண்டுசெல்லும்.

வாருங்கள், முன்னேறுவோம்!

(நிறைந்தது)

தெளிவான எழுத்தும் ஆழமான ஆய்வும் நிறைந்த நூல்களுக்காகத் தமிழ் வாசகர்களிடையில் நன்கு அறியப்பட்டுள்ள என். சொக்கன் புனைவு, வாழ்க்கை வரலாறு, நிறுவன வரலாறு, தன்னம்பிக்கை, சிறுவர் இலக்கியம் உள்ளிட்ட துறைகளில் இதுவரை எழுபதுக்கும் மேற்பட்ட நூல்கள், நூற்றுக்கணக்கான கதைகள், கட்டுரைகளை எழுதியுள்ளார். விரிவான ஆய்வுகள், சான்றுகளின் அடிப்படையிலான ஆழமான வரலாற்று நூல்களைத் தமிழில் எழுத இயலும், அவற்றைப் பெரும்பான்மை வாசகர்களுக்குக் கொண்டுசேர்க்கவும் இயலும் என்பதைப் பலமுறை நிரூபித்த எழுத்து வகை இவருடையது.

தமிழ், ஆங்கிலம் ஆகிய இரு மொழிகளிலும் எழுதும் சொக்கனுடைய நூல்கள் ஹிந்தி, கன்னடம், மலையாளம் உள்ளிட்ட பல மொழிகளில் மொழிபெயர்ப்பாகியுள்ளன.

www.ingramcontent.com/pod-product-compliance
Lightning Source LLC
LaVergne TN
LVHW100245051026
849517LV00006B/1998
9789393882240